AF519200

ഗ്രീൻ ബുക്സ്

എസ്തെറിന്റെ പുസ്തകം

എബ്രഹാം മാത്യു

കഥാകൃത്ത്, നോവലിസ്റ്റ്, ദൃശ്യമാധ്യമ പ്രവർത്തകൻ. കൊല്ലം ജില്ലയിലെ പുനലൂരിൽ ജനനം. മാതൃഭൂമിയിൽ പത്രപ്രവർത്തകനായും കൈരളി ടി.വി.യിൽ അസ്സോസ്സിയേറ്റ് എഡിറ്ററായും പ്രവർത്തിച്ചിട്ടുണ്ട്. മികച്ച ദൃശ്യമാധ്യമലേഖകനുള്ള സംസ്ഥാന സർക്കാരിന്റേത് ഉൾപ്പെടെ നിരവധി പുരസ്കാരങ്ങൾ ലഭിച്ചിട്ടുണ്ട്.

Email: abraham80109@gmail.com

ഗ്രീൻ ബുക്സ് പ്രസിദ്ധീകരിച്ച
ഗ്രന്ഥകർത്താവിന്റെ ഇതര കൃതി

ഏതോ പൂമരങ്ങൾ
(കഥ)

നോവൽ

എസ്തെറിന്റെ പുസ്തകം

എബ്രഹാം മാത്യു

ഗ്രീൻബുക്സ്

green books private limited
gb building, civil lane road, ayyanthole,
thrissur- 680 003, kerala, ph: +91 487-2381066, 2381039
website: www.greenbooksindia.com
e-mail: info@greenbooksindia.com

malayalam
estherinte pusthakam
novel
by
abraham mathew

published may 2022

cover design : rajesh chalode

printed in india
manipal technologies ltd

branches:
thrissur 0487-2422515
thiruvananthapuram 0471-2335301
calicut 0495 4854662

isbn : 978-93-93596-54-3

₹ 130.00
GBPL/1224/2022

മുഖക്കുറി

എഴുത്തിന്റെ വ്യത്യസ്ത വഴികളിലൂടെ സഞ്ചരിക്കുന്ന എബ്രഹാം മാത്യുവിന്റെ ഗ്രീൻ ബുക്സ് പ്രസിദ്ധീകരിക്കുന്ന രണ്ടാമത്തെ കൃതിയാണിത്. വർത്തമാന കാലത്തിന്റെ ഭീകരമായ ഒരു അവസ്ഥയെ പ്രത്യക്ഷപ്പെടുത്തുന്ന നോവൽ.

എഡിറ്റർ

ഒന്ന്

ഏഴാം ദിവസമായപ്പോഴേക്കും ജോസഫിന് സ്വന്തം മുറിയും ചുറ്റുപാടും പരിചിതമായി തുടങ്ങി. ഫാൻ നിലയ്ക്കുമ്പോൾ മൂളിപ്പാട്ടുകൾ നിക്ഷേപിക്കാനെത്തുന്ന കൊതുകുകൾ, ബാത്റൂമിന്റെ വിടവുകളിൽ മോഹാലസ്യപ്പെടുന്ന പാറ്റകൾ, ജനൽ തുറന്നാൽ കാണുന്ന ബേക്കറിക്കുമുന്നിൽ ആർത്തിയോടെ കേക്കു തിന്നുന്നവർ, കേക്കിൻചീളുകൾ നക്കിയെടുക്കാൻ പരാജിതന്റെ വാൽപ്പെരുമാറ്റവുമായി തെരുവുനായ, ഓർമ്മക്കേടുകളെ നട്ടുനനയ്ക്കുന്ന മുറി.

രണ്ട് കിടപ്പുമുറികളും അടുക്കളയും ഹാളും; ബേക്കറിക്കഭിമുഖമായി കാറ്റിനെ കാത്തുകിടക്കുന്ന ബാൽക്കണി. അടുത്ത കെട്ടിടച്ചുവരിലെ ബദാംമരത്തിന്റെ, മൂന്നാം തലമുറയിൽപ്പെട്ട വയലറ്റ് ഇലകൾ ബാൽക്കണിയിൽ വന്നു കിടക്കുന്നുണ്ടായിരുന്നത് ജോസഫ് നോക്കിക്കണ്ടു; ഇലകളുടെ വഴിയമ്പലം.

എസ്തെർ വാതിലിൽ തട്ടുന്നതും കാത്തിരുന്നപ്പോൾ ഫോണിൽ മൂന്ന് ഹാപ്പി ബർത്ത്ഡേ പ്രത്യക്ഷപ്പെടുകയുണ്ടായി. ഒന്ന് അലക്സ് അളിയനായിരുന്നു. ഹലോ വിളിയും തുടർന്നുണ്ടായി.

‘‘എന്തുവാ അളിയാ?’’

‘‘ഹാപ്പി ബർത്ത്ഡേ.’’

‘‘ആയിക്കോട്ടെ.’’

‘‘ആയിക്കോട്ടേന്നോ? ഇയ്യാളെന്തുവാ കെഴങ്ങു പുഴുങ്ങിയ മാതിരി?’’

ജോസഫ് മിണ്ടാതിരുന്നു. അളിയൻ പറഞ്ഞുതുടങ്ങി. അയാളുടെ അറിവിൽ ജോസഫിനെപ്പോലെ ഭാഗ്യവാനായ അധികംപേർ നാട്ടിൽ ഇല്ലത്രേ. എന്തുകൊണ്ടാന്നു ചോദിച്ചാൽ സാമ്പത്തികപ്രശ്നമില്ല, മക്കളെക്കൊണ്ടു ബുദ്ധിമുട്ടില്ല. വീടുണ്ട്, ഫ്ളാറ്റുണ്ട്, സ്നേഹമതിയായ ഭാര്യ, മകനൊപ്പമുണ്ട്. അങ്ങനെ പലർക്കുമില്ലാത്ത സൗഭാഗ്യങ്ങൾ ഒറ്റയടിക്ക് ജോസഫിൽ വന്നു ചേർന്നിരിക്കുന്നു. ഭാഗ്യമല്ലെങ്കിൽ

മറ്റെന്താണ്? ജീവിക്കുന്നേൽ ജോസഫിനെപ്പോലെ ജീവിക്കണമെന്നും തന്നെപ്പോലെയുള്ളവർക്ക് അതിനുള്ള യോഗമില്ലെന്നും അലക്സ് അളിയൻ പറഞ്ഞതിനു കാരണങ്ങളിൽ ചിലതും അയാൾ ബോധ്യപ്പെടുത്താൻ ശ്രമിക്കുകയുണ്ടായി. ഇനി ഒരു മണിക്കൂർ ഫോണിൽ ലയിക്കേണ്ടവരുമെന്നോർത്ത് ജോസഫ് അതിനായി തയ്യാറെടുത്തു. കട്ടിലിൽ ബദ്ധപ്പെട്ട് പിടിച്ചുകയറി നീണ്ടു കടന്നു.

പുതിയ പൊറുതി എങ്ങനെയുണ്ടെന്ന ചോദ്യത്തോടെ അളിയൻ തുടക്കമിട്ടുകൊണ്ട് വീഡിയോ കോളിൽ ഫ്ളാറ്റും പരിസരവും ബോധ്യപ്പെടുത്താമോ എന്നായി. പള്ളിയിൽ വികാരിക്കെതിരെ ഒപ്പുശേഖരണം, മെത്രാൻ സെലക്ഷൻബോർഡിൽ നടന്ന ചില ചർച്ചകൾ പുറത്തായവിധം, ദൈവഭയമില്ലാത്തതിനാൽ നാട്ടിൽ നടക്കുന്ന അനർത്ഥങ്ങൾ, വഴിവെട്ടാൻ സ്വന്തം വീട്ടുപറമ്പിലേക്ക് എത്തിയവർക്കെതിരെ പൊലീസിൽ കൊടുത്ത പരാതി ഇഴഞ്ഞുനീങ്ങുന്ന വിധം, തോരാമഴ, തീരാമണ്ണിടിച്ചിൽ... അലക്സ് അളിയന് അനവധി നാവുകൾ ഉണ്ടെന്നും ഒരേസമയം ഒന്നിലധികം കാര്യങ്ങളെ കൃത്യതയോടെ അവതരിപ്പിക്കാനുള്ള പ്രത്യേക കഴിവ് ഉണ്ടെന്നും ജോസഫിനു തോന്നി. ഇത്തരം കഴിവുകളൊന്നും തനിക്കില്ലല്ലോ എന്ന് ജോസഫ് പരിഭവിച്ചിരുന്നു പഴയകാലത്ത്. കാലവും കണക്കുകളും തെറ്റിക്കൊണ്ടിരിക്കും. അലക്സ് അളിയൻ പറയുന്നതിനെല്ലാം സംതൃപ്തിയുടെ സ്വരമുണ്ട്. മക്കൾ രണ്ടുപേർ. രണ്ടും ആൺമക്കൾ; മൂത്തമകൻ തന്നോടു മിണ്ടിയിട്ട് അഞ്ചുവർഷം തികയുന്നതായി അലക്സ് വെളിപ്പെടുത്തി. സാരമില്ല, അവന്റെ മനസ്സ് മാറാതിരിക്കില്ലെന്ന്. മക്കളെക്കുറിച്ചോർത്ത് നെടുവീർപ്പിട്ടുകൊണ്ട് ജോസഫ് എല്ലാം ഭദ്രമായെന്നറിയിക്കുകയും അല്ലെങ്കിൽ തന്നെ നമ്മുടെ മക്കളല്ലേ എങ്ങനെ മോശമാകും എന്ന് ആത്മാഭിമാനം പ്രഖ്യാപിക്കുകയും ചെയ്തു. കാനഡയിലുള്ള തന്റെ ആൺമക്കൾ നാട്ടിലേക്ക് വന്നിട്ട് ഏഴു വർഷം കഴിഞ്ഞിരിക്കുന്നുവെന്നും എവിടെയായാലും അവർ സുഖമായിരിക്കുന്നതാണ് മാതാപിതാക്കൾക്ക് സംതൃപ്തിയെന്നും ഇങ്ങനെ പറഞ്ഞതിനോട് യോജിക്കുന്നുണ്ടോ എന്നും അലക്സളിയൻ തിരക്കിയപ്പോൾ ജോസഫ് നിറഞ്ഞ ഹൃദയത്തോടെ ആ നിരീക്ഷണത്തെ അഭിവാദ്യം ചെയ്തു. പുറത്ത് ബാൽക്കണി കതകിന്റെ വിടവിലൂടെ ബേക്കറിമുറ്റത്ത് കേക്കുതിന്നികൾ കൂട്ടം കൂടിനിൽക്കുന്നത് ശ്രദ്ധിച്ചുകൊണ്ട് മനസ്സാ പലതരം കേക്കുകളുടെ നറുമണം ആവാഹിച്ചെടുക്കാൻ ജോസഫ് ശ്രമിക്കുകയും എന്താ ഉവ്വേ തനിക്കൊരിതുപോലെ എന്ന് കേക്കിന്റെ മണം പിടികിട്ടാതെ അളിയൻ അന്വേഷിക്കുകയും ചെയ്തു. ഹോംനഴ്സ് വരാറായോ

എന്ന് ഇടയ്ക്കിടെ ജോസഫ് വാതില്ക്കലോളം പോയി നോക്കുകയും ഈ സമയത്തെല്ലാം എന്താ ഉവ്വേ ഒരു വല്ലായ്മപോലെയെന്ന് അലക്സളിയൻ ആവർത്തിക്കുകയും ചെയ്യുന്നുണ്ടായിരുന്നു. പിന്നീട് എന്തുകാര്യം പറയുന്നതിനിടയിലാണ് അലക്സ് ഫോൺ വച്ച് പോയതെന്ന് ഓർക്കാൻ കഴിയുന്നുണ്ടായിരുന്നില്ല. ജോസഫ് രണ്ടു കിടപ്പുമുറികളിലൂടെയും പലവട്ടം നടന്നുനോക്കി. പ്രത്യേകിച്ചൊന്നും തോന്നുന്നില്ലായിരുന്നു. പരിചയമുണ്ടാകാൻ ധാരാളം സമയം വേണം. കൊണ്ടുവിടാൻ വന്ന മകനും അവന്റെ ഭാര്യയ്ക്കുമൊപ്പം ആ ഫ്ളാറ്റിൽ വന്നുകയറിയപ്പോൾ തോന്നിയ അതേ അപരിചതത്വം ഏഴുദിവസം പിന്നിട്ടപ്പോഴാണ് ഏറെക്കുറെ മാറാൻ തുടങ്ങിയത്.

പപ്പ വിചാരിക്കുന്നതുപോലെയല്ല പുതിയ കാലത്തെ ജീവിതമെന്നും മാതാപിതാക്കളുടെ സുരക്ഷിതത്വം ഉറപ്പുവരുത്തുക എന്നത് ഏതൊരു മകന്റെയും ഉത്തരവാദിത്വമാണെന്നും അക്കാര്യത്തിൽ വിട്ടുവീഴ്ചയുണ്ടാകില്ലെന്നും മകനും ഭാര്യയും കർക്കശമായി പറഞ്ഞപ്പോൾ ജോസഫ് മിണ്ടാതിരുന്നു കേട്ടു. പ്രോഗ്രസ് റിപ്പോർട്ടിൽ മാർക്ക് കുറഞ്ഞ ഒരു ദിവസം മകൻ തലകുനിച്ച് തന്റെ മുന്നിലിരുന്നപോലെയാണ് ജോസഫ് മകന്റെയും ഭാര്യയുടെയും ഉത്തരവാദിത്വബോധത്തിൽ വിശ്വസിക്കുവാൻ ശ്രമിച്ചു തലകുനിച്ചിരുന്നത്. അവർ പറയുന്നതിലും കാര്യമില്ലാതില്ല എന്ന വീണ്ടുവിചാരത്തിൽ ജോസഫ് വളരെയധികം വിധേയപ്പെടുകയും വീണ്ടും അവർ എന്താണ് അറിയിക്കുന്നതെന്നറിയാൻ ഉത്സാഹിക്കുകയും ചെയ്തു. ഫ്ളാറ്റ് നാലാംനിലയിൽ തന്നെ ഒത്തുകിട്ടയതിലെ ആഹ്ലാദം അടക്കാൻ കഴിയുന്നില്ലെന്നു മകനും ഭാര്യയും ഒരേവിധം വെളിപ്പെടുത്തിയപ്പോൾ ജോസഫ് അതുല്യമായ അവരുടെ ആനന്ദത്തിൽ അണിചേരുന്നതായി ഭാവിച്ചു. പത്തിലോ പന്ത്രണ്ടിലോ ഉള്ള ഫ്ളാറ്റായിരുന്നുവെങ്കിൽ ഒറ്റയ്ക്ക് അത്യാവശ്യത്തിന് താഴേക്കിറങ്ങേണ്ടി വരുമായിരുന്ന സാഹചര്യം വല്ലതുമുണ്ടായാൽ എന്തു സംഭവിക്കുമായിരുന്നുവെന്ന് മരുമകൾ ദീർഘനിശ്വാസത്തോടെ ഉത്കണ്ഠപ്പെട്ടപ്പോൾ ജോസഫിൽ നിന്നും അഭിനന്ദനം ഉണ്ടാകാത്തതെന്തെന്ന് അവർ സംശയിച്ചു.

ലിഫ്റ്റിൽ മകനും ഭാര്യയ്ക്കുമിടയിൽ നിന്നപ്പോൾ അകാരണവും അനാവശ്യവുമായ ഒരുതരം സുരക്ഷിതത്വബോധത്തിന് ജോസഫ് അടിമപ്പെടുകയും പുറത്തേക്ക് മകൻ കൈ പിടിച്ചിറക്കിയപ്പോൾ വിറയലുള്ള കൈയുടെ ഗതികേട് മകനിൽനിന്നും മറച്ചുവയ്ക്കാൻ അതീവശ്രദ്ധയോടെ പരിശ്രമിക്കുകയും ചെയ്തെങ്കിലും പിതാവ്

മകന്റെ ഹൃദയമിടിപ്പ് തിരിച്ചറിഞ്ഞിട്ടുള്ളതുപോലെ മകൻ പിതാവിന്റെ നാഡിമിടിപ്പ് തിരിച്ചറിയുകതന്നെ ചെയ്യുമെന്നോർത്ത് ജോസഫ് ആകുലപ്പെട്ടു.

ലിഫ്റ്റിൽ നിന്നും വളരെ അനുസരണക്കാരനായ ഒരു കുട്ടിയെപ്പോലെ ജോസഫ് പുറത്തിറങ്ങിയതും ആദ്യം പുറത്തിറങ്ങിയ മകന്റെ ഭാര്യ ജോസഫിന്റെ കൈകളിൽ കൂട്ടിപ്പിടിച്ച് നടത്തിക്കുവാൻ തുടങ്ങിയതും ഒരേസമയത്തായിരുന്നു. ന്യൂയോർക്കിൽ ജീവിച്ചുകൊണ്ടുതന്നെ നാട്ടിലെ പട്ടണത്തിൽ ആകർഷകവും അഭികാമ്യവുമായ ഒരു ഫ്ളാറ്റ് കണ്ടെത്തുകയും അവിടെ ജോസഫിന് ജീവിതം തുടങ്ങാൻ അവസരമുണ്ടാക്കുകയും ചെയ്ത സ്വന്തം ദീർഘവീക്ഷണത്തെപ്പറ്റി മകന്റെ ഭാര്യ മതിപ്പ് പ്രകടിപ്പിച്ചുകൊണ്ടുതന്നെ നാല് എ എന്ന നമ്പരിൽ ഒളിഞ്ഞിരുന്ന ഭാഗ്യാവസ്ഥ അനുഭവിച്ചറിയുവാൻ അവസരമുണ്ടാക്കി. ഫ്ളാറ്റിന്റെ വാതിൽ തുറക്കപ്പെട്ടതോടെ വലതുകാൽവച്ച് കയറാൻ ജോസഫ് ബോധപൂർവ്വം പരിശ്രമിക്കുകയുണ്ടായി. മരുമകൾ അക്കാര്യവും ശ്രദ്ധിക്കുന്നുണ്ടായിരിക്കുമെന്ന തോന്നലുകൊണ്ടുകൂടിയാണ് വലതുകാലിന്റെ കാര്യത്തിൽ ജോസഫ് അത്രമാത്രം കൃത്യത പുലർത്തിയത്. വച്ചകാൽ മാറിപ്പോയെന്ന് മരുമകളുടെ മുഖം ഓർമ്മിപ്പിക്കുന്നുണ്ടാകുമോ എന്നോർത്ത് ഒരുവേള ജോസഫ് ആശങ്കപ്പെടുകയും ചെയ്തു. മരുമകളുടെ അനിഷ്ടത്തിൽ ഒരംശം മകൻകൂടി പങ്കുവച്ചോലാ എന്ന ആശങ്കയിൽ ജോസഫ് ഒരു വശത്തേക്ക് ചാഞ്ഞു. മകൻ പിടിച്ചുയർത്തിയതുകൊണ്ടുമാത്രം അയാൾ വീണില്ല.

മകൻ ക്രീം നിറത്തിലുള്ള ഫുൾസ്ലീവ് ഷർട്ട് കറുത്ത പാന്റിനുള്ളിൽ നിക്ഷേപിച്ച് ഷൂസും ധരിച്ചിരുന്നു. തന്റെ സ്ഥിരം വേഷവിധാനശൈലി തലമുറയിലൂടെ പകരപ്പെടുന്നതിൽ ജോസഫിന് തൃപ്തി അനുഭവപ്പെട്ടു. ഒരു നിമിഷം സ്വന്തം വേഷവിധാനത്തെപ്പറ്റി ഓർക്കുവാനും മകനെ കൺകുളിർക്കെ ഒരുവട്ടം കൂടി നിരീക്ഷിക്കുവാനും ശ്രമിച്ചു. ഇറങ്ങുന്ന ധൃതിയിൽ ഷൂസ് എവിടെയെന്ന് നിശ്ചയമില്ലാതെ പോയതിനാൽ ജോസഫ് ചെരുപ്പ് മാത്രമാണ് ധരിച്ചിരുന്നത്. മേൽത്തരം ജീൻസ് ഫേഡഡ് ആക്കി നിർത്തിയിട്ടുള്ളതും കറുത്ത ടോപ്പുമായിരുന്നു മരുമകളുടെ വേഷം. വേഷം പോലെ ഭാഷയും വ്യത്യസ്തമായിരിക്കുന്നുവെന്ന് ജോസഫ് ഓർക്കുകയും മകന്റെയും മരുമകളുടെയും ഓരോരോ സന്ദർഭങ്ങളിലുള്ള ഭാഷാഭേദങ്ങളെപ്പറ്റി ആലോചിക്കുകയും ചെയ്തുകൊണ്ട് ഫ്ളാറ്റിനുള്ളിൽ ആദ്യംകണ്ട സോഫ, ആദ്യം കസേര കിട്ടിയ കുട്ടിയുടെ ആഹ്ലാദത്തിൽ കയ്യടക്കി.

കാറിൽനിന്നും പെട്ടികളുമായി വന്ന സെക്യൂരിറ്റി ജീവനക്കാരൻ വലിയ ശബ്ദത്തിൽ ഓരോന്നും വലിച്ചിട്ടപ്പോൾ മരുമകൾ കുപിതയാകുകയും പെട്ടി കൊണ്ടുവന്നയാളുടെ മര്യാദയില്ലായ്മയെപ്പറ്റി സ്വയം പിറുപിറുക്കുകയും ചെയ്യുന്നുണ്ടായിരുന്നു. ഇവിടെ ഇങ്ങനെയൊക്കെയേ നടക്കൂ എന്ന ഭാവത്തിലായിരുന്നു മകൻ. ഇരുപത്തിമൂന്നു വയസ്സുവരെ നാടു കണ്ടും കേട്ടും ശീലിച്ചതിന്റെ യാഥാർത്ഥ്യബോധം മകനെ ക്ഷമാശീലനും നിസ്സംഗനുമാക്കിത്തീർത്തിരിക്കുന്നുവെന്ന് ജോസഫ് വിചാരിച്ചു. മരുമകൾ ന്യൂയോർക്കിൽതന്നെ ജനിച്ചുവളർന്നവളും അനാവശ്യമായ തട്ടുംമുട്ടും ശബ്ദവും ആക്രോശവും അതിവേഗം തിരിച്ചറിയുന്നവളും നമുക്കൊക്കെ ഒരുപക്ഷേ അന്യായമെന്നു തോന്നാത്തവിധമുള്ള ശീലങ്ങളോടുപോലും ഒത്തുതീർപ്പിനു വഴങ്ങാത്തവളുമായിരുന്നു. എന്തും തുറന്നു പറയുവാനും തുറന്നു ചിരിക്കുവാനും ശ്രമിച്ചുകൊണ്ട് വികാരവിക്ഷോഭങ്ങൾക്ക് അനാവശ്യമായ നിയന്ത്രണം ഏർപ്പെടുത്തുവാനാകില്ലെന്നും എല്ലാം ഉള്ളിൽ ഒതുക്കിവച്ച് വിങ്ങിപ്പൊട്ടുവാൻ തന്നെ കിട്ടുകയില്ലെന്നും മരുമകൾ പ്രത്യേക ഇനം പെരുമാറ്റങ്ങളിലൂടെ ബോധ്യപ്പെടുത്തിക്കൊണ്ടേയിരുന്നു.

കുപ്പിവെള്ളം മൂന്നാവർത്തി കുടിച്ചുകൊണ്ട് മരുമകൾ ജോസഫിനഭിമുഖമായിരുന്നു. മകൻ, പെട്ടി അടയ്ക്കുകയും തുറക്കുകയും ചെയ്യുന്ന തിരക്കിലായിരുന്നു. തിരക്കവസാനിപ്പിച്ച് ഏതുനിമിഷവും മകൻ വന്ന് തങ്ങളോടൊപ്പം അടുത്ത കസേരയിൽ ഇരിക്കുമെന്നു തന്നെ ജോസഫ് കരുതിയിരുന്നു. എന്നാൽ അങ്ങനെ ഉണ്ടായില്ല എന്നു മാത്രമല്ല, പെട്ടികളുടെയും ബാഗുകളുടെയും ഒരിക്കലും അവസാനിക്കാത്ത മാന്ത്രികലോകത്തിൽ മകൻ സ്വയം നഷ്ടപ്പെട്ടിരിക്കുകയാണെന്നും ഭാരമേറിയ ഏതോ ഒരു പെട്ടിക്കടിയിൽ ഞെരിഞ്ഞമർന്ന് അവൻ രക്ഷപ്പെടാനായി തന്നെ വിളിക്കാൻ ശ്രമിക്കയാണെന്നും ജോസഫ് സംശയിക്കയുണ്ടായി. അതുകൊണ്ടുതന്നെ പെട്ടി തുറക്കുന്നതും അടയ്ക്കുന്നതുമായ ശബ്ദം ജോസഫിനെ അലോസരപ്പെടുത്തുകയും മകനെ ഒരു നോക്കുകാണുവാൻ എന്നപോലെ പിന്നിലേക്കും വശങ്ങളിലേക്കും ജോസഫ് കണ്ണുപായിക്കുകയും ചെയ്തുകൊണ്ടിരുന്നു. പെട്ടികൾക്കിടയിൽനിന്നും എത്ര ബുദ്ധിമുട്ടു സഹിച്ചാലും സ്വന്തം മകനെ രക്ഷിച്ചെടുക്കേണ്ടത് ഏതൊരു പിതാവിന്റെയും കടമയാണെന്ന് അയാൾ ചിന്തിക്കുവാൻ തുടങ്ങി.

ഇത്രമാത്രം ഹൃദ്യതയുള്ള ഒരു ഫ്ളാറ്റ് സ്വന്തമാക്കിയതിന്റെയും അതിൽ ജോസഫിന് മറ്റ് അല്ലലുകളൊന്നുമില്ലാതെ ഒറ്റയ്ക്കു താമസിക്കുവാനുള്ള അവസരമുണ്ടാക്കിയതിന്റെയും പേരിൽ ദൈവത്തിനു നന്ദിയും സ്തുതിയും അർപ്പിച്ചുകൊണ്ട് തനിക്ക് മറ്റു ചിലതുകൂടി

അറിയിക്കാനുണ്ടെന്നായി മരുമകൾ. മരുമകൾ എന്താണുദ്ദേശിക്കുന്നതെന്ന് മുൻകൂട്ടി കാണാനുള്ള സിദ്ധി തനിക്കുണ്ടെന്ന ബോധ്യത്തോടെ ജോസഫ് കേൾക്കാൻ തയ്യാറായി ഇരുന്നു.

കുമ്പനാട്ടെ കുടുംബവീടിന് സാമാന്യത്തിലധികം വലിപ്പമുണ്ടെന്നും മൂന്നേക്കർ ചുറ്റുപാടിൽ എഴുപത്തഞ്ചു കൊല്ലമെങ്കിലും പഴക്കമുള്ള ആ വീട് വാസ്തുവിദ്യയുടെ മനോഹര ദൃഷ്ടാന്തമാണെന്നും മറ്റും നാട്ടുകാർ പറഞ്ഞുനടക്കും എന്നതു ശരിതന്നെയാണ്. നാട്ടുകാരുടെ ശരികൾ വീട്ടുകാരുടെ തെറ്റുകളായിരിക്കും. ജോസഫും ഭാര്യയും പ്രായം തികഞ്ഞവരായി ഒറ്റയ്ക്ക് ആ വലിയവീട്ടിൽ ഒതുങ്ങിക്കഴിയുന്നത് എന്തൊക്കെ കാരണങ്ങൾ നിരത്തിയാലും നീതീകരിക്കാവുന്നതല്ല ഏകമകനും കുടുംബവും ന്യൂയോർക്കിൽ സുഖമായി കഴിയുമ്പോൾ മാതാപിതാക്കൾ നാട്ടിൽ വലിയവീട്ടിൽ ഒറ്റപ്പെടുന്നതിന് എന്തു ന്യായീകരണം പറയുവാനാകും?

മരുമകൾ കുറെക്കൂടി വ്യക്തമാക്കാനുണ്ടെന്ന സൂചനയോടെ കുപ്പിവെള്ളം വീണ്ടും കുടിക്കുകയും ജോസഫിനോടുള്ള തന്റെ സ്നേഹബഹുമാനങ്ങൾ ആവോളം പ്രകടിപ്പിക്കുകയും ചെയ്തുകൊണ്ടിരുന്നു. ജോസഫിന്റെ പ്രായം, ലോകപരിചയം, വിദ്യാഭ്യാസം, കുവൈത്തിലെ എണ്ണക്കമ്പനിയിൽ അറുപതുകളിൽ തന്നെ ഭാരിച്ച ശമ്പളത്തിൽ ജോലിചെയ്യാൻ അവസരം ലഭിച്ചതിനെ തുടർന്ന് കുടുംബത്തിനും ദേശത്തിനും ജോസഫിനും ഉണ്ടായ ഉണർവ്വ്, ഏകമകനെ ആസ്ത്രേലിയയിൽ അയച്ച് ഉന്നതവിദ്യാഭ്യാസം അനുഭവിപ്പിക്കാനിടയായ അസുലഭ ആനന്ദം, ഒട്ടുംവൈകാതെ ഏകമകന് ന്യൂയോർക്കിലെ പ്രധാനപ്പെട്ട മൂന്നു ധനകാര്യ സ്ഥാപനങ്ങളിലൊന്നിൽ ലഭിച്ച ആകർഷകമായ വേതനം, തന്നെ മരുമകളായി ലഭിക്കാനിടയായ സൗഭാഗ്യം, പിതാവിനെ എല്ലാ കാര്യത്തിലും ഹൃദയപൂർവ്വം അനുസരിക്കുന്ന മകൾ... സൗഭാഗ്യപട്ടിക നീണ്ടപ്പോൾ ജോസഫ് മകന്റെ മുഖം കാണാനായി കാത്തിരുന്നുവെങ്കിലും പെട്ടിപൊട്ടുന്നതിന്റെയും തിരികെ ക്ഷമാപണം പറഞ്ഞ് അടയുന്നതിന്റെയും ശബ്ദം മാത്രമേ കേട്ടുള്ളൂ.

ജോസഫിന്റെ ഭാര്യയെ ന്യൂയോർക്കിലേക്ക് കൊണ്ടുപോകാനുള്ള തീരുമാനം ഏകപക്ഷീയമായിരുന്നില്ലെന്നും അവരും ഒരു മാറ്റം വളരെ കാലമായി ആഗ്രഹിക്കുന്നുണ്ടായിരുന്നുവെന്നും മരുമകൾ ഓർമ്മിപ്പിച്ചു. നാല്പതു വർഷത്തെ ദാമ്പത്യം ഒരു പ്രത്യേക തരം പരീക്ഷണം മാത്രമാണെന്നും കേരളം പോലുള്ള വളരെ പിന്നോക്കം നിൽക്കുന്ന ഒരു പ്രദേശത്തുമാത്രമേ ഇത്തരം ദാമ്പത്യമാതൃകകൾ ചരിത്രശേഷിപ്പുകൾപോലെ കാണപ്പെടാറുള്ളൂവെന്നും മരുമകൾ വിശദമാക്കിയപ്പോൾ ജോസഫ് അതംഗീകരിക്കുകയും പക്ഷേ,

എഴുപത്തിയേഴ് വയസ്സുള്ളപ്പോൾ ഇത്തരം കണക്കെടുപ്പു നടത്തുന്നതിൽ എന്ത് സാംഗത്യമാണുള്ളതെന്ന് സ്വയം ചോദിക്കുകയും ചെയ്തു. ജോസഫിന്റെ ഭാര്യയെ കൊണ്ടുപോകുന്നതിൽ ഏവർക്കും അറിയാവുന്ന ഉദ്ദേശ്യം മരുകൾ തുറന്ന് പ്രഖ്യാപിക്കുകയുണ്ടായി.

മൂത്ത കുട്ടിക്ക് അഞ്ചും രണ്ടാമത്തേതിന് മൂന്നുമാണു പ്രായം. ഇത്രകാലവും പലവിധത്തിൽ കുട്ടികളെ മാനേജ് ചെയ്യാൻ കഴിഞ്ഞു. എന്നാൽ മൂന്നാമത്തെ കുഞ്ഞുണ്ടാകുമ്പോൾ സ്ഥിതി ഇതാവില്ല. പ്രസവാനന്തരശുശ്രൂഷയ്ക്ക് അമ്മ ഉണ്ടാവുകതന്നെ വേണം. എഴുപത്തിയഞ്ച് അത്ര വലിയ പ്രായമൊന്നുമല്ല എന്ന ബോധ്യവും മകന് അമ്മയെ ന്യൂയോർക്കിൽ എപ്പോഴും കണ്ടുകൊണ്ടിരിക്കാമല്ലോ എന്ന സൗഭാഗ്യവും ഒത്തുപോകുന്ന സാഹചര്യത്തിൽ അന്നമ്മയെ ന്യൂയോർക്കിലേക്ക് ഒപ്പം കൂട്ടുകയാണെന്ന് മരുമകൾ വ്യക്തമാക്കുകയും ലോകത്ത് ഒരു കാലത്തും ക്ഷയിക്കപ്പെടാനിടയില്ലാത്തത് കുട്ടികളും മാതാവും തമ്മിലുള്ള ദൃഢവും ഹൃദ്യവുമായ ബന്ധമായിരിക്കുമെന്ന് പുതിയ ഒരു കണ്ടെത്തൽപോലെ പ്രഖ്യാപിക്കുകയും ചെയ്തു. അതേ എന്നു തലയാട്ടിക്കൊണ്ടുതന്നെ എങ്കിൽ മരുമകളുടെ മാതാവിനെ എന്തുകൊണ്ട് ന്യൂയോർക്കിലേക്ക് കുട്ടികളെ നോക്കാൻ കൊണ്ടുപോകുന്നില്ല എന്ന് ജോസഫ് ചോദിച്ചപ്പോൾ, പപ്പ ഇത്തരമൊരു ചോദ്യം ഉയർത്തുമെന്ന് തനിക്കറിയാമായിരുന്നുവെന്നും താൻ അതു മുൻകൂട്ടിക്കണ്ടിരുന്നുവെന്നും മരുമകൾ വിശദമാക്കി.

പെട്ടെന്ന് ഒരു പെട്ടി അതിന്റെ സർവ്വാഡംബരങ്ങളോടും കലഹിച്ച് തുറക്കപ്പെട്ടു. വീണുപോയവ മുട്ടുകാലിലിരുന്ന് മകൻ എണ്ണിത്തിട്ടപ്പെടുത്തി തിരികെ കൃത്യമായി സൂക്ഷിക്കുന്നത് ജോസഫ് ശ്രദ്ധിച്ചു. പെട്ടി കൃത്യമായി സൂക്ഷിക്കുന്നവർക്ക് അഭിപ്രായങ്ങളുടെ പെട്ടി തുറന്നടയ്ക്കാൻ സമയം തികയാതെ വരാനിടയുണ്ടെന്ന് മകനെ നോക്കിയിരുന്നപ്പോൾ ജോസഫിന് തോന്നി.

പഴയതും വലിയതുമായ വീട്ടിൽ ഏകാകിയായി കഴിയുന്നതിനെക്കാൾ ചെറിയതും പുതിയതുമായ ഫ്ളാറ്റിൽ ജോലിക്കാരിയോടൊപ്പം പാർക്കുന്നതായിരിക്കും ഉത്തമം എന്നും മരുമകൾ താളബോധത്തോടെ അറിയിച്ചു. ഇപ്പോഴത്തെ കാലത്ത് ജോലിക്കാരെ സംഘടിപ്പിക്കുന്നതിന്റെ വലിയ ബുദ്ധിമുട്ട് അറിയാഞ്ഞിട്ടുമല്ല, ആവശ്യം സൃഷ്ടിയുടെ മാതാവാണല്ലോ. ഫ്ളാറ്റ് ആധാരം ചെയ്യുന്നതിനുമുൻപുതന്നെ, വീട്ടുജോലിക്കാരിയെ ലഭ്യമാക്കുന്നതിനുള്ള പരസ്യം നല്കുവാൻ സാധിച്ചിരുന്നുവെന്നത് മരുമകൾ അഭിമാനപൂർവ്വം ഓർത്തെടുക്കുകയുണ്ടായി. രാവിലെ എട്ടുമണിക്കെത്തുന്ന ഹോംനഴ്സ് വൈകിട്ട് ആറോടെ തിരികെപ്പോകാനാണ് സമ്മതിച്ചിട്ടുള്ളത്. ശമ്പളം, മറ്റ് ആനുകൂല്യങ്ങൾ എന്നിവ സംബന്ധിച്ച

കാര്യങ്ങളിലൊന്നും ജോസഫിന് തലയിടേണ്ടിവരികയില്ല. അത്തരം ഒരു സാഹചര്യം മരുമകളും മകനും ആഗ്രഹിക്കുന്നുമില്ല. ഇത്രത്തോളം ദൈവം നടത്തി; വീണ്ടും നടത്തും.

മകൻ തൊട്ടടുത്ത മുറിയിലാണെന്നറിഞ്ഞിട്ടും വളരെ ദൂരെയായിരിക്കുന്നതായി ജോസഫിനു തോന്നി. പെട്ടിയും സാധനങ്ങളും ഉടനയെങ്ങും ഇത്രമാത്രം അടുക്കും ചിട്ടയോടുംകൂടി അവതരിപ്പിക്കാനാകുകയില്ലെന്നും ജോസഫിന് തോന്നി. ഇടയ്ക്ക് മകനെ വിളിച്ചാലോ എന്നും തോന്നുകയുണ്ടായി. മരുമകൾക്ക് ഒരുപക്ഷേ ഇഷ്ടപ്പെട്ടില്ലെന്നു വന്നാലോ? മരുമകളുടെ സാന്നിദ്ധ്യത്തിൽ താൻ അസ്വസ്ഥനാകാറുണ്ടെന്നും മകൻ ഉണ്ടെങ്കിലേ സുരക്ഷിതത്വം അനുഭവിക്കാനിടയുള്ളൂവെന്നും മരുമകൾ അങ്ങനെ ആലോചിക്കാൻ ഇടവരരുതെന്നും ജോസഫ് കണക്കുകൂട്ടി. അതുകൊണ്ടുതന്നെ മരുമകൾ പറയുന്നതിനോട് അതീവശ്രദ്ധ പ്രകടിപ്പിച്ച് കണ്ണുകൾ ചിമ്മാൻപോലും ഇടകൊടുക്കാതെ ജോസഫ് ഒരു നേർരേഖയിലേക്ക് നോക്കിയിരുന്നു. മൂന്നാമത്തെ വെള്ളക്കുപ്പി മകൾ കാലിയാക്കിയതോ പെട്ടികൾ ഞെട്ടിമാറിപ്പോകുന്നതോ ജോസഫ് അറിഞ്ഞില്ല. ഇനിമുതൽ പാർക്കേണ്ട പുതിയ ഇടം അയാളിൽ നിറഞ്ഞുമില്ല. രണ്ടു കിടപ്പുമുറികളുണ്ടെന്ന് മരുമകൾ പറഞ്ഞത് ജോസഫ് ശ്രദ്ധിക്കുകകൂടി ചെയ്തില്ല. പെട്ടെന്ന് ഒരു വലിയ പെട്ടി അതിന്റെ പഴക്കത്തിനനുസൃതമായി താഴെവീണു ചിതറുകയും മകൻ ശബ്ദമുയർത്തുകയും ചെയ്യുന്നതുകേട്ട് മരുമകൾ അങ്ങോട്ടേക്ക് ഓടി; എങ്ങോട്ടും പോകാനില്ലാഞ്ഞതിനാൽ ജോസഫ് സോഫയിൽതന്നെ ഇരുന്നു.

രണ്ട്

പത്താംദിവസം ഫ്ളാറ്റ് ഏതാണ്ട് വ്യക്തമായി. രണ്ടു കിടപ്പുമുറികൾ ആശുപത്രി കിടക്കകൾപോലെ തോന്നിച്ചതിനെ തുടർന്ന് ജോസഫ് ഒരു മുറിയിലെ കട്ടിലിൽ വെറുതെ ഒരു പുസ്തകം മലർത്തിയിട്ടു - 'ഇൻഡ്യയെ കണ്ടെത്തൽ' വർഷങ്ങളായി കൈവശമുള്ളതായിരുന്നുവെങ്കിലും അരനൂറ്റാണ്ടുമുൻപ് വായിച്ച ഓർമ്മയിൽ നിന്ന് ഒന്നോ രണ്ടോ വാചകങ്ങൾ പറയുവാൻ കഴിഞ്ഞേക്കുമെന്ന് ജോസഫ് ഓർത്തു; ക്ലാസ്സിൽ കാണാതെ പഠിച്ചു കേൾപ്പിച്ചിരുന്നു: ഭാഷ വ്യാകരണമല്ല, സംസ്കാരത്തിന്റെ കാവ്യശാസ്ത്രമാകുന്നു...

നെഹ്റു എന്തായിരിക്കും കണ്ടെത്താൻ ശ്രമിച്ചതെന്നോ കണ്ടെത്തിയിട്ടുള്ളതെന്നോ ജോസഫിന് അറിയില്ലായിരുന്നുവെങ്കിലും താൻ ഇതേവരെ ജീവിതത്തിൽ നിന്ന് ഒന്നും കണ്ടെത്തിയിട്ടില്ലെന്ന് അയാൾക്ക് ബോധ്യമുണ്ടായിരുന്നു. മുൻപ് ശീലിച്ച പല ഭാഷകളും ഇപ്പോൾ വഴങ്ങുന്നില്ലെന്നും തന്നിൽ ഭാഷ മരിച്ചുപോയെന്നും ഒരു ഭാഷയും ഇനി പുനർജനിക്കുകയില്ലെന്നും ജോസഫ് ഓർത്തു.

ഭാഷ കണ്ടെത്തുന്നതിലും നിർത്തുന്നതിലും മാത്രമല്ല മറ്റുള്ളവരെ തിരിച്ചറിയുന്നതിലും താൻ പരാജയപ്പെട്ടിരിക്കുന്നുവെന്ന് ജോസഫിന് തോന്നുകയും സ്വന്തം ഭാര്യയുടെ നിലപാടുകൾ പോലും തനിക്ക് മുൻകൂട്ടി കാണാൻ കഴിയാതെ പോയല്ലോ എന്നോർത്ത് ജ്ഞാനമന്ദഹാസം പൊഴിക്കുകയും ചെയ്തു. അതിനിടയ്ക്ക് പ്രധാന വാതില്ക്കലേക്ക് തലതിരിച്ച് ഹോംനഴ്സ് വരുന്നുണ്ടോ എന്ന് മൂന്നു നാലുതവണ നിരീക്ഷിക്കുകയും അവർ വന്നാൽ ഒപ്പം ലിഫ്റ്റും കൂടെവരും എന്ന തിരിച്ചറിവോടെ മുറിയിൽ ആയാസപ്പെട്ട് നടന്നു നോക്കുകയും ചെയ്തു.

മകനും മരുമകൾക്കുമൊപ്പം പോകുവാൻ തീരുമാനിക്കുന്നതിനു മുൻപ് ഭാര്യ തന്നോടൊന്നു ആലോചിക്കുവാൻ തയ്യാറായില്ലല്ലോ എന്നോർത്തപ്പോൾ ജോസഫ് കുപിതനാകുകയും ദേഷ്യം വന്ന മുറയ്ക്ക് സ്വയം തലയിൽ ഇടിക്കുകയും വലിയ ശബ്ദത്തിൽ ചുമയ്ക്കുകയും ചെയ്തു. ചുമ കേൾക്കാൻ ചുറ്റുവട്ടത്തൊന്നും

ആരുമില്ലാത്തതിനാൽ ജോസഫിന് നിരാശയാണു തോന്നിയത്. നാലു ചുവരുകൾക്കുള്ളിലെ ചുമ നാനാവിധമായിപ്പോകുന്നുവെന്ന് പിറുപിറുക്കാൻ നോക്കുകയും അടച്ചിട്ട മുറിയിൽ പിറുപിറുപ്പിനെന്തു സ്ഥാനം എന്നോർക്കുകയും ചെയ്തു. ഇതേ തുടർന്ന് ജോസഫ് മറ്റൊരുതരം ശബ്ദമുണ്ടാക്കി മൂത്രം വീഴ്ത്തിയശേഷം സർവ്വേശ്വരനെ സ്തുതിച്ച് കുരിശു വരയ്ക്കുകയും അന്നാമ്മയെ പ്രാകുകയും ചെയ്തു.

പ്രാക്ക് ഏറ്റെന്നു തോന്നി. ന്യൂയോർക്കിൽ നിന്ന് മകൻ വിളിക്കുകയും നാട്ടിൽ സമയമെത്രയായെന്ന് ആമുഖമായി തിരക്കുകയും ചെയ്തുകൊണ്ട് ഫോൺ അന്നാമ്മയ്ക്കു കൈമാറുകയും നാട്ടിൽ മഴയുണ്ടോ എന്ന് അന്നാമ്മ അന്വേഷിക്കുകയും താൻ കാലാവസ്ഥാ കേന്ദ്രത്തിലെ പണിക്കാരനല്ലെന്ന് ജോസഫ് തറുതല പറയുകയും ചെയ്തത് എല്ലാംകൂടി കഷ്ടിച്ച് ഒരു മിനുട്ടിനുള്ളിലായിരുന്നു. പിന്നെ കുറച്ചുനേരത്തേക്ക് അവർക്കിടയിൽ മൗനത ഉണ്ടാകുകയും 'ഇങ്ങനെ പിടിച്ചോണ്ട് നിന്നാൽ ഫോൺബില്ല് കൂടത്തേ ഒള്ള്' എന്നു മനസ്സിലാക്കിക്കൊണ്ട് അന്നാമ്മ 'രാവിലെ ഹോംനഴ്സ് വന്ന് വല്ലോം ഒണ്ടിക്കിയേംവച്ച് പോയോ' എന്നുകൂടി തിരക്കുകയുണ്ടായി. അവർ വന്നാൽ അറിയിക്കാം എന്നായിരുന്നു ജോസഫിന്റെ മറുപടി. ഇതിനൊക്കെ ഇനി ഉത്തരം പറയേണ്ടി വരുന്നത് ഗതികേട് ആണല്ലോ എന്നും ജോസഫിന് തോന്നി. നല്ലപ്രായത്തിൽ ആർക്കും മുന്നിൽ ഇങ്ങനെ വിശദീകരിച്ചിട്ടില്ല. പിന്നെ എന്തിനാണ് വല്ലാത്ത പ്രായത്തിൽ സ്ക്രീനിലൂടെ എന്ന് ജോസഫ് സ്വയം ചോദിക്കുകയും കുറച്ചുനേരം തല കുനിച്ചിരിക്കുകയും ചെയ്തു.

കതകിനുസമീപം കറങ്ങിനടക്കുന്നതിനിടയിൽ ബെൽ മുഴങ്ങുകയും ജോസഫ് മറ്റൊരു മുഴക്കത്തോടെ വാതിൽ തുറക്കുകയും ചെയ്തതോടെ ഹോംനഴ്സ് അകത്തുകടന്നു.

"എസ്തെർ."

അവർ പരിചയപ്പെടുത്തി.

മെലിഞ്ഞ എസ്തെർ, ഒരു രാജ്യത്തിലെ മുഴുവൻ ദുഃഖവും ഏറ്റുവാങ്ങുന്നുവെന്ന് തോന്നിപ്പിച്ചുകൊണ്ടാണ് അകത്തേക്ക് കാൽവച്ചത്. എസ്തെറിന്റെ ക്ഷമാപണത്തുണ്ടുകൾ മുറിയിൽ കിലുങ്ങി. അതും ശ്രദ്ധിച്ച് ജോസഫ് പ്രതീക്ഷയോടെ സോഫയിൽ വന്നിരുന്നു ചൂടുചായ ചുരം കയറിയിട്ടുണ്ട്. അത് കാത്തിരിക്കുന്നതിനിടയിൽ എസ്തെറിനെ ശ്രദ്ധിച്ചു. നെഞ്ചിൽ കല്ലുമാല, കടഞ്ഞെടുത്ത ദേഹം. അടുക്കളയിൽ ചില്ലുജാലകങ്ങൾ അനങ്ങുന്നതുകേട്ടുകൊണ്ട് ജോസഫ് പത്രം വായിക്കുവാൻ തുടങ്ങി. ആദ്യം ചരമം, പിന്നെ ജീവിതം. ഇതാണ് പതിവ്. വെളുത്ത സാരിയിൽ കറുത്ത രൂപമായിരുന്നു എസ്തെർ. എസ്തെർ ചായ ഉണ്ടാക്കുന്നതിന് ഇത്രമാത്രം ശബ്ദം

ഉണ്ടാക്കേണ്ട കാര്യമെന്തായിരിക്കുമെന്നാലോചിച്ചുംകൊണ്ട് ജോസഫ് ചരമങ്ങൾ ഒന്നൊഴിയാതെ വിഴുങ്ങിക്കൊണ്ടിരുന്നപ്പോൾ, ബാൽക്കണിയിലേക്ക് വാതിൽ തുറന്നുംകൊണ്ട് എസ്തെർ ചായയ്ക്കൊപ്പം വെളിച്ചവും കുടിക്കാൻ കൊണ്ടുവച്ചു. കപ്പിനും ചുണ്ടിനുമിടയിൽ ചൂടും വെളിച്ചവും.

ചായയ്ക്കിടയിൽ ഫോൺ വന്നു. ഇതു ഗോപിയാ എന്ന് വിനയാഭിവാദ്യം.

''എന്തുവാ ഗോപി?''

വീടും സ്ഥലവും നോക്കിനടത്താൻ മകൻ ഗോപിയെ ഏർപ്പാടു ചെയ്തിരുന്ന കാര്യം അറിഞ്ഞപ്പോൾ ജോസഫിന് അസഹ്യത തോന്നി. പറമ്പും വീടും വിട്ട് ഫ്ളാറ്റിലേക്ക് മാറിയതിനെപ്പറ്റി നാട്ടുകാർ പലതും പറയുമെങ്കിലും സ്വന്തം ആരോഗ്യമാണല്ലോ ആർക്കും പ്രധാനമെന്ന് ഗോപി, മരുമകൾ പറയുംപോലെ ആവർത്തിക്കുന്നുണ്ടായിരുന്നു. ഇത്രമാത്രം ആരോഗ്യം തനിക്കിപ്പോഴും അവശേഷിക്കുന്നുണ്ടല്ലോ എന്നോർത്തപ്പോൾ ജോസഫിന് അവിശ്വസനീയമായ അഭിമാനം തോന്നുകയും ഗോപിക്ക് നന്ദി പറയുകയും ചെയ്തു. ഗോപി വ്യക്തമാക്കുകയില്ലെങ്കിലും എവിടെനിന്നുകൊണ്ടാണ് തന്നോട് സംസാരിക്കുന്നതെന്ന് ജോസഫിന് ബോധ്യമാകുന്നുണ്ടായിരുന്നു.

കിഴക്കേതറയിലെ കൂഴപ്ലാവിന്റെ ചുവട്ടിലായിരിക്കും ഇപ്പോൾ ഗോപി, അല്ലിയോ എന്ന മറുചോദ്യത്തിൽ ഗോപി അയ്യോ അതെങ്ങനെ പിടികിട്ടിക്കാണുമെന്നാലോചിച്ചുനില്ക്കുമ്പോൾ ജോസഫ് തന്നെ അതിനു മറുപടിയും പറഞ്ഞു കൊടുക്കുകയുണ്ടായി. അണ്ണാൻ മുക്കുകേം മൂളുകേം ചെയ്യുന്നതും ഇടവിട്ട് ചീവീട് ചിലയ്ക്കുന്നതും കേട്ടാൽ നീ എവിടെ നിക്കുവാണെന്ന് പ്രത്യേകിച്ചു പറയണോ ഗോപീ എന്നായിരുന്നു ജോസഫിന്റെ ഓർമ്മപ്പെടുത്തൽ. കൂഴയും വരിക്കയും ചേർന്ന് രണ്ടോ മൂന്നോ പ്ലാവുകൾ പറമ്പിൽ അതിരോടു ചേർന്ന് നില്ക്കുന്നുണ്ടായിരുന്നു. കുവൈത്തിൽ നിന്ന് അവധിക്കു വന്നപ്പോൾ നട്ടതും അക്കൂട്ടത്തിലുണ്ടെന്ന് ജോസഫ് ഓർക്കുകയും പണ്ട്, മകനുമായി അതിന്റെ ചോട്ടിൽ ചെന്നിരുന്ന് 'അച്ചൻ കോട്ടേ പോയ് ചക്കയ്ക്കുപ്പുണ്ടോ' എന്നു സ്ഥിരം ചോദിക്കാറുള്ള കിളിയെ കാണിച്ചുകൊടുക്കാൻ പരിശ്രമിച്ച് പരാജയപ്പെടുകയും ചെയ്ത കാര്യവും ഓർമ്മയിൽ ഉണ്ടായിരുന്നു. ഈ ഓർമ്മകളെക്കൊണ്ടു തോറ്റു എന്ന് തിരുത്തി എഴുതിക്കൊണ്ട് ജോസഫ് ഗോപിയെ എതിരേറ്റു. ചായ കുടിക്കുന്നതിന്റെ വിലക്ഷണ ശബ്ദങ്ങൾ കേട്ടിട്ടു തന്നെയാകണം അല്ല സാറ് ചായ കുടിച്ചാരുന്നോ എന്ന് ഗോപി എടുത്തു ചോദിക്കുകയും 'ഓ' എന്ന് ജോസഫ് ഉപേക്ഷ വിചാരിച്ച് മൂളിയതും ഒരേ നിമിഷമായിരുന്നു. ടൗണിൽ ചെന്ന് എല്ലാ സൗഭാഗ്യങ്ങളും അനുഭവിച്ചുകൊണ്ട് ഒരു ഫ്ളാറ്റിൽ താമസിക്കുവാൻ അവസരം ലഭിക്കുക എന്നു പറഞ്ഞാൽ അത്ര നിസ്സാരമായ കാര്യമൊന്നുമല്ലെന്നും

തന്നെപോലെ ഗതിയില്ലാത്തവർക്ക് നാട്ടിൽതന്നെ കഴിഞ്ഞുകൂടേണ്ടി വരികയാണെന്നും ഗോപി പരാതിയുടെ സ്വരം പങ്കുവച്ചപ്പോൾ ചായ ക്കപ്പിൽ നിന്നും ഒരു പാട, ജോസഫിന്റെ ചുണ്ടിൽ ഒട്ടിപ്പിടിച്ചു. പാട പോകുന്നില്ല; ഗോപിക്ക് എവിടെയോ പോകാനുണ്ടെന്നും നിർത്തു കയാണെന്നും പറഞ്ഞു. എന്നിട്ടും പാടപോലെ ഗോപി പോകാനാ കാതെ പറ്റിപ്പിടിച്ചുനിന്നു.

പാടയും ഗോപിയും മുഖാമുഖം എന്നു പറയുവാനാകില്ല. ഫ്ളാറ്റ് നൽകുന്ന സൗഭാഗ്യങ്ങളെപ്പറ്റി ഗോപി പിന്നെയും ഓരോന്നു പറഞ്ഞു കൊണ്ടിരുന്നപ്പോൾ ജോസഫിന് അധികം ആലോചിക്കുവാൻ സമയം കിട്ടിയില്ല, കുമ്പനാട്ടെ വീടിന്റെ ശോചനീയാവസ്ഥയെപ്പറ്റിയും ഗോപി ചിലതു പറഞ്ഞു. എത്രയോ പഴക്കമുള്ള ഒരു വീടാണത്. പഴക്കത്തെ പാരമ്പര്യമായി കാണരുത്; പഴക്കം ജീർണ്ണതയാണ്.

മരുമകൾ പറഞ്ഞു പഠിപ്പിച്ചിട്ടുള്ളത് ഗോപി ഒരു തെറ്റും വരു ത്താതെ പിന്തുടരുകയാണെന്ന് തോന്നിയെങ്കിലും ജോസഫ് അങ്ങനെ ഭാവിച്ചില്ല. മുറിയിൽ പല്ലി ചിലച്ചത് മറുതലയ്ക്കൽ ഗോപി കേൾക്കു കയും തുടർന്ന്, താൻ പറഞ്ഞത് അച്ചട്ടായിരിക്കുന്നുവെന്ന് ഗോപി എടുത്തുപറയുകയും ചെയ്തപ്പോൾ താൻ പറയാറുള്ളതിനെയൊന്നും ഗൗളി ചിലച്ചുകൊണ്ടേല്ക്കുന്നില്ലല്ലോ എന്നും ജോസഫ് ഓർത്തു. കുറെക്കൂടി ആലോചിച്ചപ്പോൾ ഗോപിയുടെ ശബ്ദം ചിതറിപ്പോകു ന്നതായും അത് ഏതോ പാറക്കൂട്ടത്തിൽ തട്ടി ചിതറുന്നതായും പല്ലി ചൊല്ലുംപോലെ ഒന്നുതീർന്ന് മറ്റൊന്നിലേക്ക് എന്നവിധം ആവർത്തി ക്കപ്പെടുന്നതായും ജോസഫിന് തോന്നി. ജോസഫിന്റെ മകന് മറ്റ് പലർക്കും ഇല്ലാത്ത ആത്മാർത്ഥതയും വകതിരിവുമാണുള്ളതെന്ന് ഗോപി പറഞ്ഞു. ഇങ്ങനെ ഒരു മകനെ കിട്ടിയതിൽ ആനന്ദിക്കു കയും സർവ്വശക്തനോട് നന്ദികരേറ്റുകയുമാണ് വേണ്ടത്. മരുമ കൾക്കും ജോസഫിനോട് എന്തെന്നില്ലാത്ത ആദരവും ആത്മാർത്ഥ തയുമാണുള്ളത്. വലിയൊരു വീട്ടിൽ ഒറ്റയ്ക്കു താമസിക്കേണ്ടി വരുമായിരുന്ന ദുഃസ്ഥിതി മാറ്റിതീർക്കാനായി മകൻ ശ്രമിച്ചിരിക്കുന്നു. വീട് അന്യാധീനപ്പെട്ടുപോകാതിരിക്കാൻ ഉത്തമമായ കൈകളിൽ തന്നെ ഏല്പിച്ചിരിക്കുന്നുവെന്നും ഗോപി അറിയിച്ചു.

'പോ പല്ലീ' എന്ന് ഉറക്കെ പറഞ്ഞുകൊണ്ട് ജോസഫ് കൈ വലിച്ചപ്പോൾ കപ്പ് താഴെവീണ് തനിനിറം കാട്ടി. 'പല്ലികളെക്കൊണ്ട് ശല്യമായല്ലോ' എന്നു ശകാരിച്ചുംകൊണ്ട് എസ്തെർ വന്ന് കഷ്ണ ങ്ങൾ പെറുക്കിക്കൂട്ടുവാനും തുടയ്ക്കുവാനും തുടങ്ങി. കപ്പിൻ കഷ്ണങ്ങൾ ഈർഷ്യയോടെ എസ്തെർ കൊണ്ടുപോയി. ഒരു പല്ലി ചത്തുകിടക്കുന്നുണ്ടായിരുന്നു. ഓരോ പല്ലി ചോരയിൽ നിന്നും ഒരാ യിരം പല്ലികൾ...?

മകൻ ആഴ്ചയിലൊരിക്കൽ വീഡിയോകോളിൽ മുഖം കാണി ക്കുക പതിവാണ്; മുഖം ഫോണിന്റെ കണ്ണാടി. വീഡിയോ കോളിൽ

എസ്തെറിനെക്കൂടി കാണിക്കണമെന്ന് മകൻ ആവശ്യപ്പെട്ടതിൻ പ്രകാരം എസ്തെർ കൈവീശി കാണിച്ചു. സുഖമല്ലേ എന്ന ഉപചാര വാചകത്തിന്റെ മറുപടിയായി എന്തു പറയണമെന്നറിയാതെ അല്പ നേരം എസ്തെർ മൗനിയായി.

എസ്തെറിന്റെ മട്ടും പ്രകൃതവും ഒട്ടും ഇഷ്ടമായിട്ടില്ലെന്ന് പിന്നീട് മകൻ, ജോസഫിനെ അറിയിക്കുകയുണ്ടായി. ഏഴു വർഷത്തെ നഴ്സിംഗ് പരിചയം, ഇംഗ്ലീഷ് പരിജ്ഞാനം എന്നീ മാനദണ്ഡങ്ങൾ മുൻനിർത്തിയാണ് കൺസൾട്ടിംഗ് ഏജൻസിക്കാർ നല്കിയ പട്ടികയിൽനിന്നും എസ്തെറിനെ തെരഞ്ഞെടുത്തതെന്നും അവൾക്ക് വിനയശീലം കാണുന്നില്ലെന്നും മകൻ ജോസഫിനെ അറിയിക്കുകയുണ്ടായി. ജോസഫ് പ്രതികരിക്കാൻ മുതിരാതെ, എന്തായിരിക്കണം മറുപടി എന്നോർത്തു. കൃത്യസമയത്തുതന്നെ എത്തിച്ചേരുന്നതിൽ എസ്തെർ വീഴ്ച വരുത്തിയിട്ടില്ല. ജോലിയുടെ കാര്യത്തിൽ പോരായ്മകൾ ഒന്നും ശ്രദ്ധയിൽപ്പെട്ടിട്ടുമില്ല. പിന്നെ വിനയം... അതെങ്ങനെ തിരിച്ചറിയാനാകും? സമയമെടുക്കുമായിരിക്കുമെന്ന് ജോസഫ് പറഞ്ഞു. ധൈര്യശാലികളെപ്പോലെ വിനയശാലികളും ഉണ്ടാകുന്നു.

വീഡിയോ കോളിൽ അന്നാമ്മ പ്രത്യേകതരം നിശാവസ്ത്രം ഇട്ടുംകൊണ്ട് പ്രത്യക്ഷമായപ്പോൾ ആ വേഷപ്പകർച്ചയിൽ ജോസഫ് അല്പം ഒന്നു പതറുകയും സമനില വീണ്ടെടുക്കുകയും ചെയ്തു. അന്നാമ്മ ആഹ്ലാദവതിയായിരുന്നു. മരുമകളെക്കുറിച്ച് അന്നാമ്മയ്ക്ക് വാതോരാതെ മിണ്ടണമെന്നുണ്ടായിരുന്നുവെങ്കിലും ജോസഫിന്റേത് അതൊക്കെ കേൾക്കാൻ പരുവപ്പെട്ട മാനസിക നിലയായിരുന്നില്ലെന്ന് അവർക്കു മനസ്സിലായി. ജോസഫ് ചോദ്യങ്ങൾക്കുമാത്രം മറുപടി പറഞ്ഞുകൊണ്ടിരുന്നു. ഗോപി, വീടും പറമ്പും മെച്ചപ്പെട്ട രീതിയിൽ നോക്കി നടത്തുന്നുണ്ടെന്നും ആദായം അന്യാധീനപ്പെട്ടു പോകുകയില്ലെന്ന കാര്യത്തിൽ ഉറപ്പുണ്ടെന്നും അന്നാമ്മ പറഞ്ഞപ്പോൾ മകൻ അതു ശരിവയ്ക്കുകയും അല്ലേലും ഗോപി വിശ്വസിക്കാൻ കൊള്ളാവുന്നവൻ തന്നെയാണെന്ന് പിറുപിറുക്കുകയും ചെയ്യുന്നതും ജോസഫ് കേട്ടു. ഈ സമയം എസ്തെർ മുന്നറിയിപ്പില്ലാതെ കടന്നുവന്ന് ഒരു ഗ്ലാസ് ജ്യൂസ് മേശമേൽ വച്ച് പിന്തിരിയുകയുണ്ടായി. ഇതുകണ്ട്, അനുവാദം ചോദിക്കാതെയാണോ മുറിയിലേക്ക് കടന്നുവരേണ്ടതെന്ന് മകൻ ചോദിക്കുകയും അവൾക്ക് വിനയം തീരെ ഇല്ലെന്ന് അന്നാമ്മയും എടുത്തു പറയുകയും ചെയ്തു. തുടർന്ന് മകനും അന്നാമ്മയും എസ്തെറിന്റെ പ്രകൃതം സംബന്ധിച്ച ജോസഫിന്റെ പ്രതികരണങ്ങൾക്കായി കുറച്ചുനേരംകൂടി കാത്തുനിൽക്കുകയുണ്ടായി.

അന്നാമ്മ ഓരോന്നു കുത്തിച്ചോദിച്ചുകൊണ്ടിരുന്നു. ജോലിക്കാരെ തുടക്കത്തിലേ നിലയ്ക്കു നിറുത്തിയില്ലെങ്കിൽ അവർ വേണ്ടാത്തിടത്തു കയറി ഇരിക്കുമെന്നും ആണുങ്ങൾക്ക് കെല്പില്ലെങ്കിൽ

ഇങ്ങനെയൊക്കെ സംഭവിക്കുമെന്നും അന്നാമ്മ വിശദീകരിക്കുകയുണ്ടായി. മകനും അമ്മയെ പിന്തുണയ്ക്കുകയാണെന്ന് ജോസഫിന് തോന്നി. എന്താ നിങ്ങൾ ഒന്നും മിണ്ടാത്തതെന്ന് അന്നാമ്മ വീണ്ടും ചോദിച്ചപ്പോൾ, സ്വന്തം കണ്ണിലെ കോലെടുത്തിട്ട് അന്യന്റെ കണ്ണിലെ കരട് എടുത്താൽ പോരായോ എന്നായി ജോസഫ്. കോലും കരടുമൊന്നും എടുക്കാൻ നമ്മളില്ലേ എന്നും പറഞ്ഞ് അന്നാമ്മ മിണ്ടാതെ നിന്നു. വീഡിയോകോൾ അവസാനിപ്പിക്കേണ്ട സമയമാകുന്നതായി മകൻ അറിയിച്ചു.

ആഴ്ചയിലൊരിക്കൽ താൻ വീഡിയോ കോളിൽ വരുമെന്നും ഫ്ളാറ്റിലെ സ്ഥിതിയും ജോസഫിന്റെ നിലയും മനസ്സിലാക്കാൻ വേണ്ടിയാണിതെന്നും മകൻ പറഞ്ഞു. ജോസഫ് പ്രത്യേകിച്ചൊന്നും മിണ്ടിയില്ല. ഹോംനഴ്സിനെ ഒന്ന് ശ്രദ്ധിക്കുന്നത് നല്ലതാണെന്ന് തോന്നുന്നുണ്ടെന്നും ഇപ്പോഴത്തെ കാലത്ത് ആരെയും അത്ര പെട്ടെന്ന് വിശ്വസിക്കാൻ പാടില്ലെന്നും മകൻ മുന്നറിയിപ്പു നൽകിയപ്പോൾ 'കണ്ടെത്തിയതും കൊണ്ടാക്കിയതും നീ തന്നെയല്ലേ'യെന്നായി ജോസഫ്. 'ഇനി വരുന്നതുവരട്ടെ. ഇതിന്റെയൊന്നും ആവശ്യവുമില്ലായിരുന്നല്ലോ. ഞാൻ എങ്ങനെയെങ്കിലും വീട്ടിൽ കഴിഞ്ഞുകൂടുമായിരുന്നല്ലോ. അതിനുള്ള അവസരം ഒഴിവാക്കിയശേഷം ഇങ്ങനെ പറയുന്നത് ശരിയാണോ' എന്നുകൂടി ജോസഫ് ചോദിച്ചു. പെട്ടെന്ന് വീഡിയോകോൾ അവസാനിക്കുകയും ജോസഫ് സ്വസ്ഥതയറിഞ്ഞ് ജ്യൂസ് കുടിക്കാൻ തുടങ്ങുകയും ചെയ്തു.

എസ്തെർ വന്നു നോക്കുമ്പോൾ ജോസഫ് സ്വസ്ഥനായിരുന്നു. അനുബന്ധ ചോദ്യങ്ങളൊന്നും ഉണ്ടായില്ല. അക്കാര്യമോർത്ത് ജോസഫ് ആഹ്ലാദിച്ചു. ബാൽക്കണിയിലൂടെ കാണാൻ കഴിയുന്ന ബേക്കറിക്കുമുന്നിൽ ആൾക്കൂട്ടം നിരന്നു കഴിഞ്ഞിട്ടുണ്ടായിരുന്നു. ഒരു കാപ്പിക്ക് ഇരുപത് രൂപ പ്രകാരം ആയിരം കാപ്പിക്ക്? ജോസഫ് വെറുതെ കണക്കുകൂട്ടുകയും ബേക്കറി പരിസരത്ത് വലിച്ചെറിയപ്പെട്ട പേപ്പർ കപ്പുകളുടെ കണക്കെടുക്കുകയും ചെയ്തുകൊണ്ടിരുന്നു. കാപ്പി മാത്രമല്ല, കേക്കും ബണ്ണും എണ്ണയിൽ പൊരിച്ച മറ്റനേകം പേരറിയാത്ത ഭോജനരൂപങ്ങളും അവിടെ നിരത്തിവച്ചിട്ടുണ്ടായിരുന്നു. പൊതുവേ ബേക്കറികൾക്ക് ഹൃദ്യതയുടെയും രുചിയുടെയും സുഗന്ധമുണ്ടായിരിക്കേണ്ടതാണ്. ഈ ബേക്കറി പരിസരത്ത് അത്രമാത്രം അതൊക്കെ ഉണ്ടായിരിക്കുമോ എന്ന് ജോസഫ് സംശയിക്കുകയും ആ പ്രാചീന സുഗന്ധത്തിനായി പരതുകയും ചെയ്തുകൊണ്ടിരുന്നു. ഒരുപക്ഷേ റോഡിന്റെ എതിർവശത്തുനിന്നും നാലാംനിലവരെ എത്താൻ കേക്കിന്റെ മണത്തിന് ശക്തി കാണുകയില്ലെന്ന് ജോസഫ് വിചാരിച്ചു. കേക്കുകൾ ഉണ്ടാക്കുന്ന മൂന്നുനാല് ബേക്കറികൾ തന്റെ ഗ്രാമപ്രദേശത്തുണ്ടായിരുന്ന കാലം ജോസഫിന്റെ ഓർമ്മയിലെത്തുകയും അവയ്ക്കു മുന്നിലെ ഭരണികളിൽ കണ്ണുകൾ അർപ്പിച്ചുള്ള

സ്കൂൾ യാത്ര സുഗന്ധപൂർവ്വം തിരികെ എത്തുകയും ചെയ്തു. ഒരു ബേക്കറിക്കാരന്റെ മകൻ ക്ലാസ്സിലുണ്ടായിരുന്നു. ഉച്ചഭക്ഷണം അവനും ചോറുതന്നെയായിരുന്നു. കേക്കും ബണ്ണും ആയിക്കൂടെ എന്ന് തിരക്കിയപ്പോൾ വല്ലപ്പോഴും ആകാം. സ്ഥിരമായാൽ കേടു പിടിക്കുമെന്നവന്റെ അച്ഛൻ പറഞ്ഞിട്ടുണ്ടെന്നായി കൂട്ടുകാരൻ.

എസ്തെർ ഗ്ലാസ് തിരികെ എടുക്കാൻ വന്നപ്പോഴേക്കും കേക്കും ബേക്കറിയും പ്രതാപം നഷ്ടപ്പെട്ട നിലയിലായി. ചുരിദാറിനു മുകളിൽ എസ്തെർ ഏപ്രൺ കെട്ടിയിട്ടുണ്ടായിരുന്നു. എസ്തെർ പ്രത്യേക ചന്തത്തിലാണല്ലോ വേഷം ധരിച്ചിരിക്കുന്നതെന്ന കൗതുകം മറച്ചു വച്ചുകൊണ്ട് ജോസഫ് പുറത്തേക്ക് നോക്കിയിരുന്നു. മകൻ എത്ര വയസ്സുവരെ കൂടെ ജീവിച്ചിട്ടുണ്ടെന്ന് എസ്തെർ ചോദിച്ചപ്പോൾ ജോസഫിന് ഒറ്റവാക്കിൽ മറുപടി പറയുവാൻ കഴിയുമായിരുന്നില്ല.

അഞ്ചാംക്ലാസ്സുമുതല്ക്കേ മകൻ ഹോസ്റ്റലുകളിലായിരുന്നു. അന്നത്തെ സാഹചര്യത്തിൽ അതിനേ കഴിയുമായിരുന്നുള്ളൂ. അന്നാമ്മയും ജോലിക്കാരിയായിരുന്നല്ലോ. അക്കാലത്ത് രണ്ടാൾക്കും കൂടി കുവൈത്തിൽ ഭാരിച്ച ശമ്പളം തന്നെയായിരുന്നു. എന്നാൽ കുട്ടികളെ നോക്കാനും പഠിപ്പിക്കാനും പറ്റിയ സാഹചര്യമുണ്ടായിരുന്നില്ല. ചെറുപ്പത്തിലേ ബോർഡിംഗ് ജീവിതം തുടങ്ങുന്ന കുട്ടികൾക്ക് പൊതുവേ അറ്റാച്ച്മെന്റ് കുറവായിരിക്കുമെന്ന് എസ്തെർ പറഞ്ഞപ്പോൾ താൻ സ്ഥിരം ഓർക്കുന്ന വാസ്തവമാണതെന്ന് ജോസഫിനു തോന്നി. മകൻ ഉത്തരവാദിത്വങ്ങൾ നിറവേറ്റുന്നുണ്ട്. ഒരു കാര്യത്തിലും ഇതേവരെ മുടക്കം വരുത്തിയിട്ടില്ല. മകനെ കുറ്റപ്പെടുത്തുകയല്ലെന്നും തനിക്കതിന്റെ ആവശ്യമോ അധികാരമോ ഇല്ലെന്നും എടുത്തുപറഞ്ഞുകൊണ്ട് എസ്തെർ അടുക്കളഭാഗത്തേക്കു പോയപ്പോൾ ജോസഫ് തന്റെ അക്കാലത്തെ സാഹചര്യം വിവരിച്ചുകൊണ്ട് ചിലതു പറയുകയും ടോയ്ലെറ്റിലേക്കുള്ള വാതിൽ തുറന്നിടാൻ എസ്തെറിനോടാവശ്യപ്പെടുകയും ചെയ്തു. തുടർന്ന് വീൽചെയർ സ്റ്റാർട്ടായി. ടോയ്ലെറ്റ് സ്റ്റോപ്പിൽ വണ്ടിനിന്നു. ഏക യാത്രക്കാരനെ എസ്തെർ കൈപിടിച്ച് ലക്ഷ്യസ്ഥാനത്തേക്ക് കടത്തിവിട്ടു. എസ്തെർ തന്നെ കതകടയ്ക്കുകയും ചെയ്തു.

വീൽചെയർ കാത്തിരുന്നു. എസ്തെർ വീൽ ചെയറിലിരുന്നു. ഏകാകികളുടെ ഏക ആശ്രയം. ഫ്ളാറ്റിലേക്ക് നടന്നുകയറിവന്ന ജോസഫ്, ദിവസങ്ങൾക്കുള്ളിൽ വീൽചെയറിൽ അകപ്പെട്ടതോർത്തപ്പോൾ എസ്തെറിന് വിഷമം കൂടി.

മൂന്ന്

വീൽചെയർ ജീവിതാന്ത്യത്തിലെ കളിവണ്ടിയാണെന്ന് ജോസഫിന് തോന്നി, വാഴപ്പിണ്ടികൊണ്ടു വണ്ടിയുണ്ടാക്കിക്കളിച്ചപോലെ. അതും ഇടമുള്ളിടത്തേക്ക് തിരിക്കാമായിരുന്നു. വീൽചെയർ ബാൽക്കണിയോളം കൊണ്ടുവന്ന് ജോസഫ് ബേക്കറി നോക്കിയിരുന്നു; ബേക്കറിക്കപ്പുറത്ത് മൊബൈൽ ഫോണുകൾക്കായി ഒരു പുതിയ ഷോറൂം തുറന്നിരിക്കുന്നത് നേരത്തെ അറിഞ്ഞിട്ടുണ്ടായിരുന്നില്ല. പെട്ടെന്നുണ്ടായ കടയായിരിക്കാമെന്നും അതുകൊണ്ടാവും പുതുമ വിട്ടു മാറാതിരിക്കുന്നതെന്നും ജോസഫ് വിചാരിച്ചു. ബേക്കറിയിലെ ആൾക്കൂട്ടം കുറഞ്ഞിട്ടുണ്ടെന്നു തോന്നിയെങ്കിലും മൊബൈൽ കടയ്ക്കു മുന്നിലെ ആൾക്കൂട്ടവുമായി തട്ടിച്ചുനോക്കിയാൽ ബേക്കറിക്കു മുന്നിലെ ആൾക്കൂട്ടം കുറവാണെന്ന് തോന്നും. ബണ്ണ് വേണോ, ഫോൺ വേണോ?

രാവിലെ ഉറക്കത്തിൽ വന്ന ഫോൺകോൾ ജോസഫിനെ അലോസരപ്പെടുത്തി; ഫോൺ തപ്പിയെടുത്തു.

''ഗുഡ് മോർണിംഗ്.''

''ആരാ?''

മറുപടി വന്നില്ല. പകരം ആശംസ ഉണ്ടായി.

''ഹാപ്പി ബർത്ത്ഡേ.''

''എന്റെ ജന്മദിനം കഴിഞ്ഞല്ലോ. ആരാ ഇത്?''

''ഞാൻ ഇടവക വികാരി; പള്ളി രജിസ്റ്ററിൽ ഇന്നാണ് ജന്മദിനം.''

ജോസഫ് ആത്മാർത്ഥതയോടെ സോറി പറഞ്ഞു. പള്ളിക്കും തെറ്റും. നിങ്ങൾ ഉദ്ദേശിച്ച ദിവസം ഞാൻ ജനിച്ചിട്ടില്ല.

ഫോൺ കട്ടായി.

ഇനിയും പലരും വിളിക്കാനുണ്ടായിരിക്കും. ആശംസകൾ അർപ്പിക്കാൻ എല്ലാവരുടെയും പേരും ജനനത്തീയതിയും ലിസ്റ്റുണ്ടാക്കി

സൂക്ഷിച്ചുവച്ചിരിക്കുകയാണെന്ന് ജോസഫിന് മനസ്സിലായി. ജന്മദിനമാണെന്ന് മറന്നുപോയിരിക്കുന്നു. അത്തരം തോന്നലുമായി പതിവുപോലെ അലക്സ് അളിയനും ആശംസകൾ നേർന്നു. റോഡ് വീതി കൂട്ടുമ്പോൾ നഷ്ടപ്പെടാനിടയുള്ള സ്വന്തം സ്ഥലത്തെക്കുറിച്ചായിരുന്നു അളിയന്റെ ആശങ്ക. പത്തുപതിനഞ്ചു സെന്റോളം വിട്ടുകൊടുക്കേണ്ടിവരും. സെന്റിന് നാലുലക്ഷമെങ്കിലും കണക്കാക്കിയാൽ പതിനഞ്ച് നാല് അറുപത്, അറുപത് ലക്ഷം. നഷ്ടപരിഹാരം എത്ര കിട്ടിയാലും ന്യായവില ന്യായമാകുമോ എന്നു ചോദിച്ചുംകൊണ്ട് അലക്സ് അടുത്തവിഷയത്തിലേക്കുള്ള വാതിലിൽ മുട്ടി. അത് ഹോംനഴ്സിനെക്കുറിച്ചുള്ള അന്വേഷണമായിരുന്നു. എങ്ങനെയൊക്കെ അന്വേഷിക്കുവാൻ സാധിക്കുമോ അത്തരത്തിലുള്ള മുഴുവൻ അന്വേഷണങ്ങളും അലക്സ് നടത്തുകയും ജോസഫിനെ ഭാഗ്യവാൻ എന്നു നേരത്തെ വിളിച്ചത് കൂടുതൽ സത്യമായിരിക്കുന്നുവെന്ന് ഓർമ്മിപ്പിക്കുകയും ചെയ്തു. സ്വന്തം വീട്ടിൽ ആണെങ്കിൽ തന്നെയും കൃത്യസമയത്ത് ഒന്നും കഴിക്കാൻ കിട്ടാതെ വന്നിരിക്കുന്നുവെന്നും സന്തോഷത്തോടെ ഭക്ഷണം കഴിച്ചിട്ട് ഏറെ നാളായിരിക്കുന്നുവെന്നും അളിയൻ കൂട്ടിച്ചേർക്കുകയുണ്ടായി. സന്തോഷത്തെക്കുറിച്ച് അധികം പറയുവാനില്ലാത്തതിനാൽ ജോസഫ് അതിനു മുതിർന്നില്ല. മാത്രവുമല്ല, ഏകാന്തതയാണ് ഏറ്റവും വലിയ വിഷാദം എന്ന് ഓർമ്മിപ്പിക്കുവാൻ നോക്കുകയും ചെയ്തു. താൻ പറയുന്നത് അലക്സ് കാര്യമായി ശ്രദ്ധിക്കുന്നില്ലെന്ന് ജോസഫിന് തോന്നി.

എസ്തെർ വാതിലിൽ തട്ടിയതും അലക്സിന്റെ ഫോൺ കട്ടായതും ഏതാണ്ട് ഒരേ സമയത്തായിരുന്നു. പതിവ് ഗുഡ് മോർണിംഗ് കൂടുതൽ ഉറക്കെ പറഞ്ഞുകൊണ്ട് എസ്തെർ അകത്തേക്ക് കയറി. ബെഡ്ഡും മുറിയും വൃത്തിയാക്കുകയാണ് ആദ്യ ജോലി. ഈ സമയം സുരക്ഷിതത്വബോധമുള്ള ഒരു കുട്ടിയെപ്പോലെ ജോസഫ് മുറികളിലൂടെ വീൽചെയറിൽ ഓടിക്കളിച്ചുകൊണ്ടിരിക്കുകയായിരിക്കും. എസ്തെർ വീട്ടുവേഷത്തിലായിരിക്കും. എല്ലാ ദിവസവും ഷുഗറും പ്രഷറും നോക്കി കുഴപ്പമൊന്നുമില്ലെന്ന് തലയാട്ടിക്കാണിക്കുന്നതോടെ വീൽചെയറിന്റെ വേഗത കൂടുവാൻ തുടങ്ങും.

''മെനി മെനി ഹാപ്പി റിട്ടേൺസ് ഓഫ് ദി ഡേ.''

മകൻ ജന്മദിനാശംസ ഉറക്കെയാണ് പറഞ്ഞത്. എസ്തെർ അതു കേട്ട് ചിരിച്ചെന്ന് ജോസഫിന് തോന്നി. എസ്തെർ ജന്മദിനം ഓർത്തു കാണുകയില്ല. അപ്പനെ സുരക്ഷിതമാക്കുകയാണ് ഏതൊരു മകന്റെയും ദൗത്യമെന്നും അക്കാര്യത്തിൽ താൻ പരിപൂർണ്ണവിജയമാണെന്നും മകൻ പറയുന്നുണ്ടായിരുന്നു. ജോസഫിന്റെ പ്രായത്തിൽ

ഇത്രമാത്രം സുരക്ഷിതത്വം അനുഭവിക്കാനിടയായ ഒരാൾപോലും തന്റെ പരിചയത്തിൽ ഇല്ലെന്നും അമേരിക്കയിൽ ജോലി ചെയ്യുന്ന പല മലയാളികളുടെയും മാതാപിതാക്കൾ അവസാനകാലത്ത് വൃദ്ധ സദനങ്ങളിലാണ് എത്തപ്പെടാറുള്ളതെന്നും ഇവിടെ സംഭവിച്ചത് സ്വന്തം വീട്ടിലെക്കാൾ സുരക്ഷിതമായ താമസമാണെന്നും മകൻ ഓർമ്മിപ്പിച്ചു. ജന്മദിനമാണോ എന്നു സംശയിക്കുന്നതായി ജോസഫ് പറഞ്ഞെങ്കിലും മകൻ തർക്കിച്ചു.

എസ്തെർ ഇതെല്ലാം കേട്ടുകൊണ്ട് നില്ക്കുകയായിരുന്നിട്ടും ജന്മദിനാശംസകൾ പറയാത്തതെന്തുകൊണ്ടായിരിക്കുമെന്ന് ജോസഫ് ഓർത്തു. എന്തുകൊണ്ടായിരിക്കും? കുറെക്കഴിഞ്ഞപ്പോൾ അന്നാമ്മയും വിളിച്ചു.

''കർത്താവിന്റെ അനുഗ്രഹങ്ങൾ ആവോളം നുകരാൻ ഇനിയും ഇനിയും അവസരങ്ങളുണ്ടാകട്ടെ എന്നാശംസിക്കുന്നു.''

''ഒന്നിച്ചു കഴിന്ന കാലത്ത് നീ ഇങ്ങനൊന്നും പറഞ്ഞുകേട്ടിട്ടില്ലല്ലോ.''

''നിങ്ങൾ തിരിച്ചും പറഞ്ഞിട്ടില്ലല്ലോ.''

ജോസഫ് ശബ്ദമുയർത്തി.

''നീ പലതും മറന്നുകാണും.''

''ഞാൻ വേണ്ടതെല്ലാം ഓർത്തുവയ്ക്കാറുണ്ട്.''

''ശരിയാ, നെനക്കു വേണ്ടതുമാത്രം.''

''പിന്നെ വല്ലോരടേം ഓർത്തുവയ്ക്കണോ?''

ജോസഫ് ഫോൺ കട്ടാക്കിയിട്ട് വീൽചെയർ ഓടിച്ചു.

ബേക്കറിക്കു മുന്നിലും മൊബൈൽ ഷോപ്പിനു മുന്നിലും ഒരേവിധം ആൾക്കൂട്ടം ഉണ്ടായിരുന്നു. എല്ലാവരും ഓരോരോ കാര്യത്തിന് പട്ടണത്തിൽ വന്ന് പോകുന്നതിനും മുൻപ് ചായ കുടിക്കാൻ ഒത്തുകൂടിയവരായിരിക്കും. പല സമയങ്ങളിൽ ഒരേ ഗ്ലാസ്സിൽ നിന്നും കുടിക്കുന്നവരാണെങ്കിൽ പോലും ആരും പരസ്പരം തിരിച്ചറിയുന്നില്ലല്ലോ എന്ന് ജോസഫ് ഓർത്തു. പരസ്പരം വിളിക്കാൻ ഫോണുകൾ തേടി തൊട്ടടുത്ത കടയിൽ ആൾക്കൂട്ടം കൂടി നില്ക്കുന്നുണ്ടായിരുന്നു.

എസ്തെറിന്റെ മൗനം ജോസഫിനെ അതിശയിപ്പിച്ചു. സ്വന്തം വീട്ടിലെന്നപോലെയാണ് എസ്തെർ പെരുമാറുന്നത്. തുണി കഴുകും. ഭക്ഷണം ഉണ്ടാക്കും. കഴിപ്പിക്കും. മരുന്ന് നല്കും. എല്ലാം ഭദ്രമാക്കിയശേഷം വൈകുന്നേരം യാത്ര പറഞ്ഞ് വീണ്ടും അടുത്തദിവസം എത്തിച്ചേരും. ഇതേവരെ ഒരു പരാതിയും പറഞ്ഞു കേട്ടിട്ടുമില്ല. ഇനി ജന്മദിനാശംസ പറയാൻ മറന്നതാകുമോ? എസ്തെറിന് നൂറു

കൂട്ടം കാര്യം കാണുമായിരിക്കും. അതിനിടയ്ക്കായിരിക്കും ജീവിത ച്ചെലവിനുവേണ്ടി ഇങ്ങനെ ഒരു പണിക്കു വരുന്നതെന്ന് ജോസഫ് വിചാരിച്ചു. തന്റെ വിചാരംപോലും എസ്തെർ തിരിച്ചറിയുന്നുണ്ടല്ലോ എന്നു സംശയം ജനിപ്പിക്കുംവിധം ചായ വീൽചെയറിന്റെ മടക്കു ട്രേയിലേക്ക് നീക്കിവച്ചുകൊണ്ട് എസ്തെർ സംസാരിക്കുവാൻ തുടങ്ങി:

ഇത്രമാത്രം നല്ല ഒരു ദിവസം ആശംസ പറയാൻ കൂട്ടാക്കാതിരുന്ന തിനെപ്പറ്റി തെറ്റിദ്ധരിക്കരുതെന്നും തനിക്കങ്ങനെ പറഞ്ഞു ശീലമായി ട്ടില്ലെന്നും സ്വന്തം ജന്മദിനംപോലും ഓർക്കാറില്ലെന്നും എസ്തെർ പറഞ്ഞു. ജനിച്ചു എന്ന കുറ്റത്തിന് മരണംവരെ ജീവിക്കാൻ വിധി ക്കപ്പെട്ടിരിക്കുന്നു എന്ന് ഏതോ തിരക്കഥയിൽ വായിച്ചിട്ടുണ്ട്. ആഴ മുള്ള ഒരു സത്യപ്രസ്താവനയാണതെന്നും തന്റെ നിരീക്ഷണവു മായി അത് ഒത്തുപോകുന്നതാണെന്നും എസ്തെർ തുറന്നു പറഞ്ഞു. ഈ സമയം തന്റെ ചില അനുഭവങ്ങളും പങ്കുവയ്ക്കണമെന്ന് ജോസ ഫിന് തോന്നി.

കുവൈത്തിൽ നിന്നും അവധിക്കുവരുന്ന കാലത്ത് ദിനാർവച്ച് കണക്കാക്കിയാൽ അന്ന് ഒരു ലക്ഷത്തോളം ശമ്പളം കിട്ടുന്നുണ്ടാ യിരുന്നു. എത്ര ചെലവാക്കിയാലും ധൂർത്തടിച്ചാലും ഒരു മാസം മുക്കാൽ ലക്ഷത്തോളം രൂപ ബാക്കിവയ്ക്കാനാകുമായിരുന്നു. ഭക്ഷണവും താമസവുമൊക്കെ കമ്പനി നിർവ്വഹിച്ചിരുന്നു. ജന്മദിനം ആഘോ ഷിച്ചു കഴിഞ്ഞ് നാട്ടിലെത്തിയാലും ഒരു ഊഹംവച്ച് ആഘോഷം സംഘടിപ്പിക്കുവാൻ സുഹൃത്തുക്കളും ബന്ധുക്കളും മുൻകൈ എടുത്തി രുന്നുവെന്നും സമീപത്തെ ക്ലബ്ബുകളിൽ നിന്നും പള്ളികളിൽ നിന്നും പിരിവിനായി അഭ്യുദയകാംക്ഷികളും പരിചയക്കാരും എന്ന പേരിൽ ഒരുകൂട്ടം പേർ എത്തിച്ചേരുമായിരുന്നുവെന്നും ജോസഫ് ഓർത്തെടുത്തു. വന്നുവന്ന് ജന്മദിനം ഈ പരുവത്തിലായി. പ്രായം കൂടുന്തോറും ജന്മ ദിനം വിരസമായി തോന്നുമെന്നും സമൂഹത്തിലെ മുഴുവൻ മനുഷ്യരും ആഹ്ലാദപൂർവ്വം ജന്മദിനം ആഘോഷിക്കുന്ന ഒരു ദിവസമാണ് തനി ക്കേറ്റവും സന്തോഷം പകരുന്ന ജന്മദിനമാകുന്നതെന്നും എസ്തെർ പറഞ്ഞപ്പോൾ അതിന്റെ പൊരുൾ ഓർത്ത് ജോസഫിന്റെ തല വേദ നിച്ചു.

നീണ്ടുനില്ക്കുന്നതും സങ്കീർണ്ണവുമായ വാക്കുകൾ പറയാൻ എസ്തെർ മടിച്ചു. അർത്ഥമുള്ള ചെറിയ വാക്കുകൾ മാത്രം. അത് എന്തുകൊണ്ടെന്ന് ജോസഫ് സംശയിക്കുകയും സംശയ നിവർത്തി ക്കായി നീണ്ട വാചകങ്ങൾ പറയുവാൻ പ്രേരിപ്പിക്കുകയും ചെയ്തു. എന്നാൽ എസ്തെർ കഴിവതും കുറച്ചുമാത്രമേ സംസാരിക്കുവാൻ കൂട്ടാക്കുന്നുള്ളൂവെന്ന് ജോസഫ് ഓർത്തു. ഒരുപക്ഷേ എസ്തെറിന് വ്യത്യസ്തരായ മനുഷ്യരുമായി സംസാരിക്കാൻ അവസരമുണ്ടായി കാണില്ലെന്നും ശുദ്ധരായ മനുഷ്യരിൽ നിന്നുമാത്രമേ ശുദ്ധമായ

ഭാഷ പുറപ്പെടുകയുള്ളൂവെന്നും ജോസഫ് വിചാരിച്ചു. എസ്തെർ ആരെയും പകക്കുകയോ ആക്ഷേപിക്കുകയോ ചെയ്യുന്നതായി താൻ കേട്ടിട്ടില്ലല്ലോ എന്നും ജോസഫ് ഓർത്തു. ചിലപ്പോൾ എസ്തെറിന് ചെറിയ വാക്കുകൾ പോലും വേണ്ടിവന്നില്ല.

എസ്തെർ അടുക്കളയിൽ ആണെന്നു ബോധ്യപ്പെടാൻ ജോസഫിനു ചില ശബ്ദങ്ങൾ മാത്രം മതിയായിരുന്നു. വെള്ളം ഒഴുകുന്നത് കരച്ചിൽപോലെയും പാത്രങ്ങൾ കൂട്ടിമുട്ടുന്നത് മനുഷ്യർ പരസ്പരം പരിഭവം പറയുംപോലെയുമാണെന്ന് തോന്നി. ഒരവസരത്തിൽ ജോസഫ് ബൈബിളിലെ എസ്തെറിനെ ഓർത്തു. അഹ്ശ്വേരോശ് രാജാവിന്റെ വെപ്പാട്ടിയും രാജ്ഞിയുമായി തീർന്ന അജ്ഞാതയായ എസ്തെർ ഒടുവിൽ ആ രാജ്യത്തെതന്നെ ശത്രുക്കളിൽ നിന്നും രക്ഷിക്കുന്ന കഥ വേദപഠനക്ലാസ്സിൽ കാണാതെ പഠിച്ചിരുന്നതും വാക്യമത്സരങ്ങളിൽ അതേറ്റു പറഞ്ഞ് സമ്മാനം വാങ്ങിക്കുന്നതും ജോസഫ് ഓർത്തെടുക്കുകയുണ്ടായി.

‘‘എസ്തെർ രാജാവിനോട് പറഞ്ഞതെന്തെന്നാൽ: നശിച്ചു, കൊല്ലപ്പെട്ടു, നിർമ്മൂലനം ചെയ്യപ്പെടുവാനായി എന്നെയും എന്റെ ജനങ്ങളെയും ഇതാ വിറ്റിരിക്കുന്നു...’’

എസ്തെറിന്റേത് പ്രചോദനപ്രസംഗമായിരുന്നു. അജ്ഞാതമായ ഒരിടത്തുനിന്നും വന്ന് ബുദ്ധികൊണ്ടും സൗന്ദര്യംകൊണ്ടും രാജാവിനെ സ്വാധീനിക്കുകയും നാടിനെ രക്ഷിക്കുകയും ചെയ്ത ധീരവനിതയായിരുന്നു പഴയ നിയമത്തിലെ എസ്തെർ എന്ന് ജോസഫിനു ബോധ്യമുണ്ട്. സൺഡേസ്കൂളിലെ വാക്യമത്സരത്തിൽ ആ അധ്യായം കാണാതെ പഠിച്ച് പറഞ്ഞിട്ടുണ്ട്. ദുഷ്കരമായ രാജനാമങ്ങൾ വാക്യമത്സരത്തിന്റെ ചൂടിൽ വെന്തുരുകി.

ഒരു ദിവസം പെങ്ങളുടെ ഭർത്താവ് കോശി അളിയൻ വിളിച്ചു വിവരങ്ങൾ തേടി. കോശി അളിയൻ പെങ്ങളെ കെട്ടുന്ന കാലത്ത് ജോസഫ് പത്തിൽ പഠിക്കുന്നു. റബ്ബർ തോട്ടവും വയൽ വരമ്പും ചാടിക്കടന്ന് കല്യാണത്തിനുള്ള നൂറുനൂറ്റിയിരുപതുപേർ കെട്ടും കഴിഞ്ഞ് ചെറുക്കന്റെ വീട്ടിലേക്ക് നടന്നു. ഒരു മലയടിവാരത്തായിരുന്നു കോശിയളിയന്റെ വീട്. വെള്ള സാരിയും വെള്ളപ്പൂവും ചേർത്തുവച്ചുകെട്ടി ഒരുക്കിയ ഒരു ബൊമ്മയെപ്പോലെ പെണ്ണ് നടന്നു. അല്ല പെണ്ണിനെ നടത്തിക്കുകയായിരുന്നു. അപ്പനും അമ്മയും മുൻപിൽ. അമ്മാച്ചൻമാർ പിന്നിൽ. അമ്മായിമാർ പെണ്ണിന് ഇടവും വലവും. പിള്ളാരുടെ കൂട്ടത്തിൽ ജോസഫ്.

അടുത്ത വീട്ടിലെ ബാബുവിൽനിന്നും കടം മേടിച്ചു കെട്ടിയ വാച്ച് അഴിഞ്ഞുപോകാതെ കൈ സൂക്ഷിച്ചുപിടിച്ചുംകൊണ്ടായിരുന്നു

ജോസഫ് തോടും മടയും ചാടിക്കടന്നുകൊണ്ടിരുന്നത്. കല്യാണ പ്പന്തലിനുമുന്നിൽ മൊന്ത. ചെമ്പിൽ വെള്ളം തുള്ളി. തൊട്ടടുത്ത് കൈ തുടയ്ക്കാൻ ഈരിഴയൻ തോർത്ത്. ചാക്കിൽ നാരങ്ങ; ചന്ദനം കുറുക്കിയത്, സിസേഴ്സ് സിഗരറ്റ് പൊട്ടിച്ചിട്ടതും തീപ്പെട്ടിയും. കോശി അളിയനും പെങ്ങളും മുറ്റത്തിട്ട പന്തലിന്റെ അറ്റത്ത് കസേര യിൽ. തൊട്ടടുത്ത് വലിയ കുപ്പി വെള്ളത്തിൽ പുഴമീനുകൾ. ആരോ മാട്ടിറച്ചി കൂടുതൽ ചോദിച്ചു അതിന്മേൽ തർക്കം. ഏഴുപേർക്ക് ആദ്യപന്തിയിൽ മാട്ടിറച്ചി കിട്ടിയിട്ടില്ല. വിളമ്പുകാരൻ മറന്നതോ, തീർന്നതോ? അടിപൊട്ടി. അടി അടിക്കാടു കത്തുംപോലെ പടർന്നു. പെണ്ണിന്റെ അമ്മാവന്മാർ അപ്പുറത്തെ അമ്മാവന്മാരെ നേരിട്ടു. നാരങ്ങ ചിതറി; കുട്ടികളും.

''കുഞ്ഞപ്പി നിങ്ങക്ക് പോകാം.''

അപ്പനെ നോക്കി കോശിയളിയന്റെ അപ്പൻ വിളിച്ചുപറഞ്ഞു.

''പെണ്ണിവിടെ നിക്കും, പോയിനെടാ പട്ടികളെ.''

കരഞ്ഞുകൊണ്ടിറങ്ങിയ അപ്പനും അമ്മയ്ക്കും പിന്നാലെ ജോസഫും കരഞ്ഞു. പട്ടികൾ വാവിട്ട് കുരച്ചു; തൊഴുത്തിലെ മൊണ്ടി എരു മയും കരഞ്ഞു. കോശി അളിയൻ അന്തംവിട്ടുനില്ക്കുന്നു. അളിയ നെക്കുറിച്ചോർക്കുമ്പോൾ ആദ്യത്തെയും അവസാനത്തെയും കാഴ്ച യാണത്. ചേറും വയലും പിന്നെയും കടന്നുപോകുമ്പോൾ പെൺ കൂട്ടത്തിലെ ചെറുപ്പക്കാർക്ക് അരിശം തീർന്നിട്ടില്ല.

''ചെറുക്കന് എന്തേലും ഉരിയാടാൻ പറ്റത്തില്ലാരുന്നോ?''

''നട്ടെല്ലില്ലാത്ത ജന്തു.''

അമ്മയും അപ്പനും മിണ്ടുന്നുണ്ടായിരുന്നില്ല. അപ്പന്റെ സഹോ ദരിമാർ അമ്മിണിയും പൊന്നിയും വിശക്കുന്നെന്ന് മന്ത്രിച്ചു; അടി പൊട്ടിയില്ലായിരുന്നെങ്കിൽ അടിപൊളി ഊണ് കാലമാക്കാമായിരുന്നു. ഓരോന്നിനും ഓരോ കാലം. അടിയുണ്ടാക്കാനും അട്ടിവച്ചത് അട്ടി മറിക്കാനും ഓരോരോ കാലങ്ങൾ.

മുപ്പത് കൊല്ലം കഴിഞ്ഞ് അപ്പന്റെ ശവമടക്കിനാണ് കോശി അളി യൻ പെങ്ങളുമായി വീട്ടുപടിക്കൽ വന്നുനിന്നത്. വീട്ടിൽ കയറ്റാൻ തടസ്സം നിന്നയാൾ പെട്ടിയിൽ കിടക്കുന്നുവെന്ന തിരിച്ചറിവിലും ധൈര്യം സംഭരിച്ച് വീട്ടിലേക്ക് കയറാൻ കോശി അളിയന് ധൈര്യം പോരാ. പെങ്ങൾ ഒറ്റക്കരച്ചിൽ. കരച്ചിൽ കണ്ടിരുന്ന വയറ്റാട്ടി വല്യമ്മ നെഞ്ചത്തടിച്ചു:

''ഞാൻ പേറെടുത്ത കൊച്ചിന്റെ നെലേംവിളീം എങ്ങനെ സഹി ക്കുമെടേ...''

ദാ, പിന്നേം കോശി അളിയന്റെ വിളി.

''ഫോൺ കട്ടായിപ്പോയി അളിയാ.''

''ഓ, സാരമില്ല.''

കോശി അളിയൻ ഓർമ്മിപ്പിച്ചു:

''അപ്പോൾ പറഞ്ഞുവന്നത്...''

''പറഞ്ഞത് എന്തേലും ആവട്ടെ; ഇവിടെ സുഖമാ അളിയാ.''

''ഒറ്റക്കല്ലിയോ?''

''അതാ നല്ലത്.''

''അളിയന്റെ ഓരോ കാര്യം!''

കോശി അളിയൻ അതിശയിച്ചു വിറച്ചു. പത്തു വയസ്സിനു മൂപ്പു കൂടുതലെന്ന് ജോസഫ് ഓർത്തു. എന്നാലും അയാൾക്ക് കാര്യമായ ആരോഗ്യപ്രശ്നമില്ല.

കോശി അളിയനും വിശേഷങ്ങൾ പങ്കുവയ്ക്കാൻ തുടങ്ങി.

''മുള്ളറും മോളും അടുത്തമാസം വരുന്നുണ്ട്.''

''ഒത്തിരിയായല്ലോ വന്നിട്ട്.''

''മുള്ളറ് നല്ല സ്നേഹക്കാരനാ. നമ്മടെ ചെറുക്കന്മാരടെ കൂട്ടല്ല.''

ജോസഫും സമ്മതിച്ചു.

കോശി അളിയന്റെ ഇളയമകളും ഭർത്താവും വരുന്നു.

എൺപത്തിനാലിലെത്തിയിട്ടുള്ള ആരോഗ്യത്തിൽ അഭിമാനിച്ച് ഫ്ളാറ്റിൽ വന്നു കാണാമെന്ന് കോശി അളിയൻ അറിയിച്ചപ്പോൾ ജോസഫ് വിലക്കിയില്ല. സമയമാകട്ടെ, സമയമുണ്ടല്ലോ എന്നൊക്കെ മറുപടി കൊടുക്കുകയും അതുകേട്ടശേഷം മകളും മുള്ളറും അവധിക്കു വരുന്ന സമയത്ത് ഒരുമിച്ച് വന്നുകണ്ടുകൊള്ളാം എന്നറിയിക്കുകയും ജോസഫ് അതിന് നന്ദി പറയുകയും ചെയ്തു. നന്ദി പറയുമ്പോഴും മാട്ടിറച്ചി തർക്കത്തിൽ ചിതറിവീണ നാരങ്ങയും മണവാളനായി നിന്ന കോശിയുടെ മഞ്ഞമുഖവും മഞ്ഞ ഉടുപ്പുമാണല്ലോ ഇപ്പോഴും നിറംപിടിച്ചു നില്ക്കുന്നതെന്ന് ജോസഫ് ഓർത്തു.

കോശി അളിയൻ ഫോൺ നിർത്തിയപ്പോൾ എസ്തെർ ജ്യൂസ് കൊണ്ടുവച്ചുകൊണ്ട് എത്ര അളിയന്മാരുണ്ടെന്നും അവരൊക്കെ ഏതു നാട്ടുകാരാണെന്നും അന്വേഷിക്കുകയും കോശി അളിയൻ പെങ്ങളുടെ ഭർത്താവാണെന്നും അലക്സ് അളിയന്റെ പെങ്ങളാണ് തന്റെ ഭാര്യയെന്നും ജോസഫ് വിശദീകരിച്ചു. രണ്ട് അളിയന്മാരും തന്നേക്കാൾ പ്രായവും ഭാരവും ആരോഗ്യവും കൂടിയവരാണെന്നും ഏകാന്തതയില്ലാത്തവരാണെന്നും ജോസഫ് അറിയിച്ചപ്പോൾ

ദാരിദ്ര്യത്തെക്കാൾ ക്രൂരം ഏകാന്തതയാണെന്ന് എസ്തെർ ഓർമ്മിപ്പിച്ചു. ഇതിൽ ഏതാണ് എസ്തെർ അനുഭവിച്ചിട്ടുള്ളതെന്നായി ജോസഫ്. രണ്ടും ഒരേവിധം അനുഭവിച്ചുവരികയാണെന്നും മിക്കവരും ഏറിയും കുറഞ്ഞും ദരിദ്രരും ഏകാകികളുമായിരിക്കുമെന്നും എസ്തെർ ഓർമ്മിപ്പിച്ചു. അങ്ങനെയെങ്കിൽ ഈ രണ്ടു പ്രധാന പ്രശ്നങ്ങളിൽ നിന്നും മനുഷ്യർക്ക് എങ്ങനെ രക്ഷ നേടുവാൻ സാധിക്കുമെന്ന് ജോസഫ് തിരക്കിയപ്പോൾ 'ഇന്റലക്ചൽസ് സോൾവ് പ്രോബ്ലംസ് ജീനിയസസ് പ്രിവന്റ് ദെം' എന്നും പറഞ്ഞുകൊണ്ട് എസ്തെർ ജ്യൂസ് തീർത്ത ഗ്ലാസ് തിരികെ എടുത്തു. ഇത്തരം ഒരു ഉദ്ധരണി എസ്തെർ എവിടെനിന്നു കണ്ടുപിടിച്ചു എന്ന് ജോസഫ് അതിശയിക്കുകയും അതേപ്പറ്റി തിരക്കുകയും ചെയ്തപ്പോൾ ഐൻസ്റ്റീൻ ഇതേവിധം ബുദ്ധികൂർമ്മതയുള്ള എത്രയോ നിരീക്ഷണങ്ങൾ നടത്തിയിരിക്കുന്നുവെന്നായി എസ്തെർ. എസ്തെർ ഇന്റലക്ചലാണോ ജീനിയസാണോ എന്ന് ചിന്തിച്ചുകൊണ്ട് ജോസഫ് വീൽ ചെയറിൽ നിന്നും കട്ടിലിലേക്ക് കഷ്ടിച്ച് പിടിച്ചുകയറിയശേഷം പുതപ്പിനടിയിൽ ചുരുണ്ടുകിടന്നു.

നാല്

ഒരു ദിവസം രാവിലെ കോളിംഗ്ബെൽ ശബ്ദംകേട്ട് ജോസഫ് ഞെട്ടി ഉണർന്നു. ആരും വരാനിടയില്ലാത്തിടത്തേക്ക് ആരാണാവോ? എസ്തെർ ഓടിപ്പോയി കതകു തുറന്നു. മെലിഞ്ഞ് തീപ്പെട്ടിക്കമ്പുപോലുള്ളൊരു മനുഷ്യൻ ചിരിച്ചുകൊണ്ട് ഇടവകയിലെ കപ്യാരാണെന്നും വൈദികൻ താഴെ കാറിലിരിപ്പുണ്ടെന്നും വീട്ടിലെ അന്തരീക്ഷം നിരീക്ഷിക്കാനായി തന്നെ പറഞ്ഞയച്ചതാണെന്നും പറഞ്ഞു. ഒപ്പം, ഏതാനും സമയത്തിനുള്ളിൽ അച്ചൻ ആഗതനാകുന്നുണ്ടെന്നും വ്യക്തമാക്കി. എസ്തെർ ഒന്നും പറയാതെ നിന്നു. വരുന്നതുവരട്ടെ എന്ന ഭാവം മാത്രമായിരുന്നു അവൾക്കുണ്ടായിരുന്നത്. ജോസഫിനെ എസ്തെർ താങ്ങി വീൽചെയറിലിരുത്തുകയും തള്ളിക്കൊണ്ടുപോയി മുഖം കഴുകാൻ അനുവദിക്കുകയും പിന്നീട് ഡ്രസ്സിംഗ് റൂമിലേക്കുപോയി വേഷം മാറാൻ സൗകര്യം ഒരുക്കുകയും ചെയ്തു. ത്രീഫോർത്തും ടീഷർട്ടുമായിരുന്നു ജോസഫിന്റെ എന്നത്തെയും പോലുള്ള വേഷം. വൈദികൻ വരുമ്പോൾ ഇതായിരിക്കരുത് എന്ന് എസ്തെറിനും തോന്നിയിട്ടുണ്ടായിരിക്കും.

കപ്യാരും എസ്തെറും കൂടി ഒരു കസേര തുടച്ച് മുന്നോട്ട് നീക്കിയിടുകയും വൈദികൻ ഷൂ അഴിച്ചുവയ്ക്കാതെ തന്നെ അകത്തേക്കു കയറിയശേഷം ചുറ്റും ഒന്നു കണ്ണോടിച്ച് കസേരയിലിരുന്നുകൊണ്ട് ജോസഫിനെ ശ്രദ്ധിക്കുകയും ചെയ്തു. താൻ ഇത്രയും ദിവസം അന്വേഷിച്ചെത്താത്തതിൽ പരിഭവം തോന്നരുതെന്നും അന്തർദ്ദേശീയ കോൺഫറൻസിൽ പങ്കെടുക്കുന്നതിനായി വിദേശത്തായിരുന്നുവെന്നും വൈദികൻ ആമുഖമായി പറയുകയും ഫാൻ ഒഴിവാക്കിയശേഷം എസി കൂട്ടിയിടാൻ ആവശ്യപ്പെടുകയും ചെയ്തതിൻ പ്രകാരം എസ്തെർ റിമോട്ട് കൈയിലെടുത്തു. വെള്ളമുണ്ടിലും കറുത്ത ടീഷർട്ടിലും ജോസഫ് തീർത്തും ഒരു രോഗിയായി തോന്നിക്കപ്പെട്ടു. ഒരു രോഗി എങ്ങനെ പെരുമാറണമെന്ന് ആരും പഠിപ്പിച്ചുകൊടുക്കാതെതന്നെ ജോസഫ് മനസ്സിലാക്കിയിട്ടുണ്ടായിരുന്നു. അതിന് ചില ചിട്ടവട്ടങ്ങളുണ്ടെന്നും അത് അനുസരിച്ചായിരിക്കണം

ഓരോരോ ചലനങ്ങൾ രൂപപ്പെടുത്തേണ്ടതെന്നും ജോസഫിനു നിശ്ചയമുണ്ടായിരുന്നു. അതിൻപ്രകാരം ഒരിക്കലും ഭേദപ്പെടാത്ത ഒരു മാരകരോഗത്തിന്റെ പിടിയിലമർന്നു കിടന്നുംകൊണ്ട് കയ്യും കാലും മാത്രം അനക്കാൻ കഴിയുന്ന ശ്വാസംമാത്രം കിട്ടുന്ന ഒരു വയോവൃദ്ധന്റെ വ്യാകുലതകൾ മുഖത്തും തുടർന്ന് ഇടറിയ ശബ്ദവും ചേർത്തുവച്ചുകൊണ്ട് ജോസഫ് വൈദികനെ കാതോർത്തിരുന്നു.

രോഗം ദൈവത്തിന്റെ ദാനമാണെന്നും അത് പരീക്ഷണത്തിനായുള്ള ഉപാധി മാത്രമാണെന്നും ബലഹീനനായ തനിക്ക് ഇത്ര മാത്രമേ ഈ ഗൃഹസന്ദർശനവേളയിൽ പറയാൻ കഴിയുന്നുള്ളൂവെന്നും ആകയാൽ രോഗത്തെ ദൈവദൗത്യമായി കരുതി പോർപൊരുതണമെന്നും വൈദികൻ ജോസഫിനെ ബോധ്യപ്പെടുത്താൻ പരിശ്രമിക്കുകയും ഒരുവേള ഇടതുകൈകൊണ്ട് ജോസഫിന്റെ തോളിൽ തൊടുവാൻ ശ്രമിക്കുകയും ചെയ്തു. വൈദികന്റെ കൈയ്ക്ക് തൊടാൻ പാകത്തിൽ ജോസഫ് ചുമൽ അല്പം മുന്നോട്ടു താഴ്ത്തിക്കൊണ്ട് വൈദികന്റെ കൈയുടെ ആയാസം കഴിയുന്നത്ര കുറയ്ക്കുവാൻ ശ്രമിച്ചപ്പോൾ ജോസഫിന്റെ രോഗം ഇത്രമാത്രം കടുത്തതായിരുന്നുവെന്ന് താൻ ഇതേവരെ അറിഞ്ഞിരുന്നില്ല എന്ന് വൈദികൻ പരിതപിച്ചു. എന്നാൽ തനിക്ക് പറയത്തക്ക രോഗമൊന്നുമില്ലെന്നും ഏകാന്തതയിൽ കഴിയുന്നതുകൊണ്ടും വീടും പറമ്പും അന്യാധീനപ്പെടുമോ എന്ന ആശങ്ക നിലനില്ക്കുന്നതുകൊണ്ടുമുള്ള മാനസിക ബുദ്ധിമുട്ടു മാത്രമാണുള്ളതെന്ന് ജോസഫ് അറിയിച്ചു. എന്നാൽ ജോസഫ് പറഞ്ഞവയിലേക്കൊന്നും കൃത്യമായ ശ്രദ്ധ പതിപ്പിക്കാതെ എല്ലാം ദൈവേഷ്ടം എന്നുമാത്രം പലവുരു പുലമ്പിക്കൊണ്ട് വൈദികൻ, ജോസഫിനു പറയാനുള്ളവയുടെ വായ്മൂടിക്കളഞ്ഞു.

ദൈവം കരുതിയിട്ടുള്ളത് നാം കണ്ണുകൊണ്ടു കാണുന്നില്ല, കാതുകൊണ്ട് കേൾക്കുന്നുമില്ല എന്നും വൈദികൻ പറയുകയുണ്ടായി. ഇത്രമാത്രം വാക്ചാതുരി വൈദികർക്ക് എങ്ങനെ ഉണ്ടാകുന്നുവെന്നോർത്ത് ജോസഫ് അന്ധാളിക്കുകയും ഇത്രമാത്രം ചാതുര്യമുള്ളവർ മാർക്കറ്റിംഗിൽ വലിയ അളവിൽ ശോഭിക്കുമായിരിക്കും എന്ന നിഗമനത്തിൽ എത്തിച്ചേരുകയും ചെയ്തു. ദൈവം ഒരു മഹാവൈദ്യനാണെന്നും എത്ര വലിയ രോഗത്തെയും ഒരു വിരൽകൊണ്ട് അകറ്റിക്കളയുവാൻ ദൈവം പ്രാപ്തനാണെന്നും വൈദികൻ ഓർമ്മിപ്പിക്കയുണ്ടായി. ആ സമയത്തും തനിക്ക് കാര്യമായ രോഗങ്ങളില്ലെന്നും ഷുഗർപോലും അടുത്ത കാലത്താണ് അല്പം വർദ്ധിച്ചിട്ടുള്ളതെന്നു ജോസഫ് പറയുവാൻ ശ്രമിച്ചുവെങ്കിലും വൈദികൻ രോഗിക്കായുള്ള പ്രാർത്ഥന ആരംഭിക്കുകയാണുണ്ടായത്. ശയ്യാവലംബിയായ ഈ രോഗിയിൽ നിന്നും രോഗത്തിന്റെ കറുത്ത മാലാഖമാരെ പായിക്കണമെന്നും ശയ്യാവലംബിയെ ശയ്യ എടുത്തു നടക്കുന്നവനാക്കി തീർക്കണേയെന്നും വൈദികൻ പ്രാർത്ഥിക്കുകയുണ്ടായി. മാരക രോഗങ്ങളല്ല

മാരകമായ ഒറ്റപ്പെടീൽ മാത്രമാണ് ശ്വാസംമുട്ടിക്കുന്നതെന്നും ആർക്കും ജീവിതത്തിന്റെ ഏതെങ്കിലും ഒരു ഘട്ടത്തിൽ ഇത്തരം ഏകാന്തതയും ഒറ്റപ്പെടീലും അനിവാര്യമായി വന്നേക്കാമെന്നും താൻ അതിന് മാനസികമായി തയ്യാറെടുത്തിരിക്കുകയാണെന്നും ജോസഫ് പറയുവാൻ ശ്രമിച്ചുവെങ്കിലും വൈദികൻ കേട്ടില്ല. എസ്തെർ കൊണ്ടുവന്ന കാപ്പിക്കപ്പ് വാങ്ങി തിരിച്ചും മറിച്ചും നോക്കിക്കൊണ്ട് അച്ചൻ ചായ കുടിക്കാറില്ലെന്നും പകരം ഹോർലിക്സോ, ബൂസ്റ്റോ ആകാമെന്നും കപ്യാർ നിർദ്ദേശിക്കയുണ്ടായി. അതിൻപ്രകാരം എസ്തെർ കപ്പ് തിരികെ വാങ്ങി അടുക്കളയിലേക്കുതന്നെ പോകുകയും അടുപ്പ് കത്തിക്കാൻ തയ്യാറെടുക്കുകയും ചെയ്തു. പള്ളിപ്പണിയുമായി ബന്ധപ്പെട്ട പ്രശ്നങ്ങൾ വൈദികൻ പറയുവാൻ തുടങ്ങിയപ്പോൾ തനിക്കിതിലൊന്നും താല്പര്യമില്ലെന്ന മട്ടിൽ ജോസഫ് തലകുലുക്കുകയും കുറെനേരം ഒരിടത്തുതന്നെയിരുന്നാൽ തലചുറ്റൽ ഉണ്ടാകുമെന്നറിയിക്കുകയും ചെയ്തു. പള്ളിപ്പണി തലവേദനയായിരിക്കുന്നുവെന്നായി വൈദികൻ; മാത്രമല്ല ജോസഫിനെപോലുള്ളവരുടെ പിന്തുണയാണ് പുതിയ പള്ളിയുടെ മൂലക്കല്ല്; പിന്തുണ എപ്പോഴും ഉണ്ടായിരിക്കുമെന്നും അക്കാര്യത്തിൽ ഉറപ്പു നല്കാമെന്നും ജോസഫ് പറഞ്ഞപ്പോൾ, സാമ്പത്തിക പിന്തുണയാണ് താൻ പ്രതീക്ഷിക്കുന്നതെന്നും മറ്റു പിന്തുണകൾ ദൈവരാജ്യത്തിൽ പോകാൻ ആഗ്രഹിക്കുന്ന എത്രയോ ദൈവപുത്രന്മാർ നല്കുമെന്നും പണത്തിന്റെ കാര്യം വരുമ്പോൾ ദൈവപുത്രന്മാരുടെ തനിനിറം വെളിച്ചത്താകാറുണ്ടെന്നും ആ സ്ഥിതിക്ക് രണ്ടു ലക്ഷത്തിൽ കുറയാത്ത സംഖ്യ ജോസഫ് സംഭാവനയായി നല്കേണ്ടതുണ്ടെന്നും വൈദികൻ നിർദ്ദേശിച്ചു.

എന്തിനാണ് ഇത്ര വലിയ സംഖ്യയെന്ന് ജോസഫ് നെടുവീർപ്പിട്ടപ്പോൾ വലുപ്പം ഗുണത്തെ നിശ്ചയിക്കാറുണ്ടെന്നും പ്രളയത്തിൽ വീടുപോയ സാധുക്കൾക്കായുള്ള നിക്ഷേപമായി ഇതിനെ കണക്കാക്കണമെന്നും വൈദികൻ ഓർമ്മിപ്പിച്ചു. രണ്ടുലക്ഷം ഇപ്പോഴത്തെ സാഹചര്യത്തിൽ തനിക്ക് വലിയ സംഖ്യ തന്നെയാണെന്നും പ്രായവും അനാരോഗ്യവും കാരണം ഒരു നിശ്ചിത സംഖ്യ ബാങ്ക് നിക്ഷേപമായുണ്ടെങ്കിലും സഹജീവികളെ സഹായിക്കാൻ മനസ്സുണ്ടെങ്കിലും അതിനുള്ള സന്നദ്ധതയുണ്ടെങ്കിലും നിലവിലെ സാഹചര്യം അതിനു അനുയോജ്യമാകുന്നില്ലെന്ന് ജോസഫ് പറഞ്ഞു. ഇതിനു മറുപടിയായി വാർദ്ധക്യം ഒരു പ്രത്യേകതരം രോഗമാണെന്നും ഉള്ളവ വിറ്റ് മറ്റുള്ളവർക്ക് നല്കുക എന്നതു തന്നെയാണ് ഇതേവരെ കണ്ടുപിടിച്ചിട്ടുള്ളതിൽ വച്ച് ഏറ്റവും വലിയ ചികിത്സാ മാതൃകയെന്നും വൈദികൻ അറിയിച്ചു. ഈ ചികിത്സാമാർഗ്ഗം പിന്തുടരാത്തവരാണ് വഴിയിൽ വീണ് അസ്തമിക്കുന്നതെന്നും സ്വർഗ്ഗരാജ്യം അവകാശമാക്കുവാൻ ഇതിൽപ്പരം മറ്റൊരു മാർഗ്ഗം വേറെയില്ലെന്നും വൈദികൻ വിശദമാക്കി.

ജോസഫ് ഒന്നും മിണ്ടാതെ ഇരുന്നെങ്കിലും വീൽചെയർ അതിന്റെ സംഗീതത്തെ നിരുത്സാഹപ്പെടുത്താൻ കൂട്ടാക്കിയില്ല. അത് വണക്കങ്ങളും ഞരക്കങ്ങളും തുടർന്നുകൊണ്ടേയിരുന്നു. ദരിദ്രരെക്കുറിച്ചു മാത്രമായിരുന്നു വൈദികന്റെ ചിന്ത. ആത്മാവിൽ ദരിദ്രരായവർ ഭാഗ്യവാന്മാർ അവർക്ക് സ്വർഗ്ഗരാജ്യം ലഭിക്കും എന്നുകൂടി വൈദികൻ പറഞ്ഞപ്പോൾ എങ്കിൽ താൻ അവിടെ ഉണ്ടായിരിക്കുമെന്ന് ജോസഫ് പിറുപിറുത്തു. സ്വർഗ്ഗത്തിന് മറുപുറമുണ്ട്. അവിടെ പിറുപിറക്കലും പല്ലുകടിയും കരച്ചിലുമാണുള്ളത് എന്നും വൈദികൻ ഓർമ്മിപ്പിക്കുകയുണ്ടായി. അത് തന്റെ ഇപ്പോഴത്തെ നിലയാണല്ലോ എന്ന് ഓർത്തതുകൊണ്ടാകാം ജോസഫ് മൗനം പാലിച്ചു. കപ്യാർ ഇതിനോടകം എസ്തെറിനോട് ലോഹ്യം കൂടാൻ ശ്രമിക്കുന്നുണ്ടായിരുന്നു. എസ്തെർ എന്ന പേര് ദൈവികചിന്തയുള്ള മാതാപിതാക്കൾക്കുമാത്രമേ മക്കൾക്കായി സ്വീകരിക്കാൻ കഴിയുകയുള്ളൂവെന്നും സാധാരണക്കാരുടെ മനോമുകുരത്തിൽ അത്തരം ഒരു പേർ ഉദിക്കുകയില്ലെന്നും കപ്യാർ പറയുന്നുണ്ടായിരുന്നു. എസ്തെർ അതൊക്കെ തലകുലുക്കി സമ്മതിക്കുകയും ഉച്ചഭക്ഷണത്തിനുള്ള വട്ടംകൂട്ടൽ ആരംഭിക്കുകയും ചെയ്തു. ഊരും പേരും രഹസ്യമാക്കി സൂക്ഷിച്ചുകൊണ്ട് ഒരു രാജ്യത്തിന്റെ ഭരണത്തെതന്നെ അട്ടിമറിക്കാൻ കെല്പുള്ളവളായി വളർന്ന എസ്തെറിനോട് തനിക്ക് എല്ലാകാലത്തും അഭിമാനം കലർന്ന ആരാധനയാണു തോന്നിയിട്ടുള്ളതെന്ന് വൈദികനും പറഞ്ഞു.

സംഭാഷണം ദരിദ്രരിൽനിന്നും 'എസ്തെറിലേക്ക്' വഴിമാറുന്നതിൽ എസ്തെറിന് താല്പര്യക്കുറവ് തോന്നുന്നുണ്ടായിരുന്നു. അതിന് നന്നായി മറുപടി പറയുവാനും കഴിയുമായിരുന്നു. എന്നാൽ എന്തുകൊണ്ടായിരിക്കും എസ്തെർ അതിന് തയ്യാറാകാത്തതെന്ന് ജോസഫ് ആലോചിച്ചു. ഉച്ചവരെയുള്ള ജോലി തടസ്സപ്പെടും എന്നതുകൊണ്ടായിരിക്കുമോ? പിന്നെ എന്തുകൊണ്ടായിരിക്കും ഒരു പേരിന്റെ ഗാംഭീര്യത്തെപ്പറ്റി ചർച്ച നടക്കുമ്പോൾ പേരിന്റെ ഉടമയ്ക്ക് അനിഷ്ടം ഉണ്ടാകുന്നത്?

വീണ്ടും വരാമെന്ന വാഗ്ദാനവുമായി വൈദികനും കപ്യാരും പോകാൻ ഒരുക്കം കൂട്ടി. പിരിയുന്നതിൽ കപ്യാർക്ക് അത്ര ഉത്സാഹം ഉണ്ടായതായി കണ്ടില്ല. അതിനിടയ്ക്ക് എസ്തെറിന്റെ ഫോൺ നമ്പർ ആവശ്യപ്പെടാൻ കപ്യാർ മറന്നില്ല. എന്നാൽ എസ്തെർ തനിക്ക് ഫോൺനമ്പർ ഇല്ലെന്നു പറഞ്ഞു. കർത്താവ് സാധുക്കളെ ഓർത്തു മാത്രമാണ് വിതുമ്പിയിട്ടുള്ളതെന്നും അത്തരത്തിൽ ഒരു സ്മരണയുടെ പാതയിലൂടെ സഞ്ചരിക്കുവാൻ തനിക്ക് കഴിയുന്നു എന്നുള്ളത് മഹാഭാഗ്യമായിരിക്കുന്നുവെന്നും യാത്ര പറയവേ വൈദികൻ ഓർമ്മിപ്പിച്ചു. പൊന്നും വെള്ളിയുമല്ല ഒരുവന്റെ വായിലെ വാക്കുകളത്രേ ഉത്തമം എന്നും പറഞ്ഞു. സത്യത്തിൽ ജോസഫിന്

അത്തരമൊരു സാഹചര്യത്തിൽ ഒന്നും ഉരിയാടുവാൻ കഴിയുമായിരുന്നില്ല.

വൈദികനും കപ്യാരും പോയിക്കഴിഞ്ഞപ്പോൾ അവർ പേരിനെക്കുറിച്ച് ഇത്രയധികം എന്തിനു ചർച്ച ചെയ്തുവെന്നും, അതുകേട്ടപ്പോഴൊക്കെ എന്തിന് അനിഷ്ടം പ്രകടിപ്പിച്ചുവെന്നും ജോസഫ് എസ്തെറിനോട് ചോദിച്ചുവെങ്കിലും അതിന് വ്യക്തമായ മറുപടി ഉണ്ടായില്ല. പകരം ഉച്ചയ്ക്ക് ഉള്ളിത്തോരനാണോ കാബേജ് തോരനാണോ കൂടുതൽ താല്പര്യപ്പെടുന്നത് എന്ന മറുചോദ്യമായിരുന്നു എസ്തെറിൽ നിന്നും ഉണ്ടായത്. എങ്കിലും ജോസഫിന് അറിയാനുള്ള കൗതുകം നശിച്ചിരുന്നില്ല. ചർച്ചയുടെ പര്യവസാനത്തിൽ ജോസഫിനും എസ്തെർ എന്ന പേരിന്റെ ചരിത്രപ്രാധാന്യവും സവിശേഷതകളും ഏറെ ബോധിക്കുകയുണ്ടായി. എസ്തെർ ജോസഫിന്റെ കൗതുകങ്ങളോട് മുഖം തിരിക്കുകയും പേരിലല്ല പ്രവൃത്തിയിലത്രേ കാര്യം എന്ന് ഓർമ്മിപ്പിക്കുകയും ചെയ്തു. ജോസഫ് എന്നാൽ ആ നിലയിലേക്ക് എത്തിച്ചേരുകയുണ്ടായില്ല. അതിനിടയ്ക്ക് ജോസഫ് ബൈബിൾ തുറന്ന് എസ്തെറിന്റെ അധ്യായം തിരക്കുകയും ആ പൂർവ്വകഥ ഒരിക്കൽക്കൂടി വായിക്കാൻ ആരംഭിക്കുകയും ചെയ്തു. പുതിയ അർത്ഥതലങ്ങൾ തന്നെ തേടിവരുന്നതായും മുൻപ് ഗ്രഹിച്ചതിൽ നിന്നും വിഭിന്നമായ ഒരസ്തിത്വം എസ്തെറിൽ കുടികൊള്ളുന്നതായും ജോസഫിന് ബോധ്യപ്പെട്ടു.

“ഒരു ദുരന്തം എന്റെ ജനത്തെ മൂടുന്നത്
ഞാൻ എങ്ങനെ കണ്ടു സഹിക്കും?
എന്റെ കുടുംബത്തിന്റെ നാശം
ഞാൻ എങ്ങനെ കണ്ടുനില്ക്കും...”

എസ്തെർ രാജാവിനോടു പറഞ്ഞത് ജോസഫ് ബൈബിൾ നോക്കി അല്പം ഉറക്കെതന്നെ വായിക്കുകയുണ്ടായി. അപ്പോൾ അടുക്കളയിൽ ഉച്ചത്തിൽ ഒരു കപ്പ് താഴെ വീണുപൊട്ടുന്നതുകേട്ട് ജോസഫ് വായന നിർത്തി. വീൽചെയറിൽ കറങ്ങി അടുക്കളവരെ പോയാലോ എന്നും ചിന്തിക്കുകയുണ്ടായി. എന്നാൽ തൽക്ഷണം പൊട്ടിച്ചിതറിയ കപ്പിന്റെ കഷണങ്ങളുമായി എസ്തെർ ജോസഫിന്റെ മുന്നിലേക്കു വന്നുനിന്ന് കൃത്രിമമായി ഒരു ചിരി വരുത്തിക്കൊണ്ട് ഒരു പേരിലെന്തിരിക്കുന്നുവെന്ന് ചോദിക്കയുണ്ടായി. ഒരു പേരിന് പല അർത്ഥങ്ങളുമുണ്ടായിരിക്കാം. അതിന്റെ വകഭേദങ്ങളുടെ പിന്നാലെ പായുന്നതുകൊണ്ട് എന്തർത്ഥമാണുള്ളതെന്നും എസ്തെർ ചോദിച്ചു. ഒരു പേര് ചിലപ്പോഴെങ്കിലും അത് വഹിക്കുന്നവരുടെ ഭാരമാണെന്ന് പറഞ്ഞപ്പോൾ ചില പേരുകൾക്ക് സവിശേഷമായ അർത്ഥമുണ്ടെന്നും എസ്തെർ രാജ്യത്തെ രക്ഷിക്കാൻ നിയോഗിക്കപ്പെട്ടവളായിരുന്നുവെന്ന് പുനർവായനയിലാണു തനിക്ക് ബോധ്യപ്പെട്ടതെന്നും ജോസഫ് പറഞ്ഞു. ഒരു പേരിൽ എന്തിരിക്കുന്നുവെന്ന നിരീക്ഷണം ഷേക്സ്പിയറുടേതാണെന്നും എസ്തെർ ഓർമ്മിപ്പിച്ചു. ജോസഫ് ഇതൊന്നും

കേട്ടിട്ടുണ്ടായിരുന്നില്ല. അല്ല, ആദ്യമായി ജോസഫ് കേൾക്കുകയായിരുന്നു.

പേരിന് പ്രാധാന്യമുണ്ടാകുന്നുവെങ്കിൽ സ്വന്തം പേരിന്റെ പ്രാധാന്യം എന്തായിരിക്കുമെന്ന് ജോസഫ് ആലോചിച്ചു. ലോകരക്ഷകന്റെ പിതൃനാമം പേറുന്നവൻ എന്നൊരു ആത്മവിശ്വാസം വീൽചെയറിനെ ബാധിക്കുകയും അത് വീണ്ടും ഞരങ്ങുകയും ചെയ്തു. ലോകരക്ഷകന്റെ പിതാവ് സ്വയം രക്ഷപ്പെടാനാകാതെ കറങ്ങി തിരിയുകയാണല്ലോ എന്ന് പിറുപിറുത്തുകൊണ്ട് ജോസഫ് വീൽചെയർ നാലഞ്ച് റൗണ്ട് ഓടിച്ചുകളിക്കുകയുണ്ടായി. അഞ്ചാം റൗണ്ടിൽ വീൽചെയർ വേഗത കുറഞ്ഞ് ബേക്കറിക്കാഴ്ചയിൽ ബ്രേക്കിട്ടു. ലോകരക്ഷകന്റെ പിതാവ് ബാൽക്കണിക്കൂട്ടിലൂടെ ബേക്കറി കാഴ്ചയിലേക്ക് ഊളിയിട്ടുനോക്കിയപ്പോൾ അവിടം നിറഞ്ഞിരിക്കുന്നതായി കണ്ടു തൃപ്തനായി. ബേക്കറിയിൽ കേക്കു തീർന്നു പോയതായും ഉച്ചയോടെയേ പുതിയ സ്റ്റോക്ക് എത്തിച്ചേരുകയുള്ളൂവെന്നും ബേക്കറിയുടമ സ്ഥിരം ഇടപാടുകാരെ സ്നേഹബുദ്ധ്യാ ഓർമ്മിപ്പിക്കുന്നതും ജോസഫ് കേട്ടു. പ്രത്യേക ഗുണവും നിറവും മണവുമുള്ള കേക്കായിരിക്കാം അത്. ജോസഫ് കഴിച്ചിട്ടില്ല. എസ്തെറും കഴിച്ചിട്ടുണ്ടായിരിക്കില്ല. എന്നിട്ടും വളരെ അകലെനിന്നുംകൊണ്ടുതന്നെ കേക്കിന്റെ ഉന്നതമൂല്യങ്ങൾ തൊട്ടറിയാൻ സാധിക്കുക എന്നാൽ അതൊരു അത്യപൂർവ്വ അനുഭവം തന്നെയാണ്.

കേക്ക് ദാഹികൾ ഇനി എന്തുചെയ്യാൻ പോകുന്നുവെന്നറിയാൻ വീൽചെയർ നിശ്ചലമാക്കി ജോസഫ് കാത്തിരുന്നു. തൊട്ടപ്പുറത്തെ മൊബൈൽ ഷോപ്പിലും ജനം തിങ്ങിനിറഞ്ഞിട്ടുണ്ടായിരുന്നു. മാസ്ക് വച്ച ആൾക്കൂട്ടമായതിനാൽ അവർ ആരൊക്കെ ഏതു തരക്കാർ എന്നൊന്നും ജോസഫിന് മനസ്സിലായില്ല. മൊബൈൽ കടയിൽ മാസ്ക് വച്ച് കൃത്യമായിനിന്ന് ഫോൺ വാങ്ങുന്നവരും നന്നാക്കാൻ കൊടുക്കുന്നവരും രണ്ടടി മാറി ബേക്കറിയിലെത്തുമ്പോഴേക്കും മാസ്ക് ഊരിക്കളയുന്നതെന്തിനായിരിക്കുമെന്ന് ജോസഫ് ആലോചിച്ചു. മുഖാവരണങ്ങളിൽ നിന്നുള്ള മോചനം പ്രഖ്യാപിക്കുന്നിടത്ത് ആഹ്ലാദം പങ്കുവയ്ക്കപ്പെടുന്നു. പെട്ടെന്ന് ബേക്കറിക്ക് ചുറ്റും മ്ലാനത പടർന്നു. കേക്കിനുവേണ്ടി ഇനി എത്ര നേരം കാത്തിരിക്കേണ്ടിവരും? കുരിശില്ലാത്ത യേശുവിന്റെ ജീവിതംപോലെ നിഷ്ഫലമായിരിക്കും കേക്കില്ലാത്ത ബേക്കറി എന്നൊരു ഉപമ രൂപപ്പെടുത്തി ജോസഫ് വെറുതെ ചിരിച്ചു.

അതൊരു വല്ലാത്ത താരതമ്യം തന്നെ; കേക്കും കുരിശും! യേശുവിന്റെ പിതൃനാമധാരി എന്ന നിലയ്ക്ക് ലേശം അത്ഭുതസിദ്ധിയൊക്കെ തന്നിലും കുടികൊള്ളുന്നുണ്ടാവാം എന്ന തിരിച്ചറിവോടെ അഞ്ച് കേക്കുകഷ്ണങ്ങൾ തനിക്കു മുന്നിൽ കിട്ടുകയാണെങ്കിൽ അഞ്ചു

കുട്ടയാക്കി വർദ്ധിപ്പിക്കാൻ ശ്രമിച്ച് അയ്യായിരംപോരെ സംതൃപ്തരാക്കാമായിരുന്നുവെന്ന് ജോസഫ് സങ്കല്പിച്ചു. ബേക്കറിമുറ്റത്തെ കേക്ക് മോഹികൾക്കു നേരെ ജോസഫ് ചിരിച്ചു. അപ്പോഴുണ്ട് ഒരാൾ ജോസഫിനു നേരെ കൈവീശി. ഹാഫ് സ്ലീവ് ഷർട്ടും പാന്റും ഷൂസും ധരിച്ച ഒരു മാന്യൻ. നേരത്ത കേക്കു മോഹികളുടെ കൂട്ടത്തിൽ അയാളെ കണ്ടിട്ടുണ്ടായിരുന്നില്ല. പുതുമുഖമായിരിക്കും. എത്രയോ ദിവസങ്ങളായി അവിടെവന്നുപോകുന്നവരെ അറിയാം. എന്നിട്ടൊന്നും ഒരിടത്തും ഇങ്ങനെ ഒരാളെ കണ്ടതായി ഓർമ്മ വരുന്നതേയില്ല, മാത്രവുമല്ല, കേക്ക് സ്റ്റോക്ക് തീർന്നതിൽ അയാൾക്ക് തെല്ലും വിഷമം ഇല്ലെന്നും തോന്നി. കേക്ക് വരുമ്പോൾ വരട്ടെ എന്ന ഉദാസീനതയോടെയാണ് അയാൾ അവിടെ നില്ക്കുന്നതെന്നും തോന്നി; മറ്റുള്ളവർ കേക്കിനും ജീവിതത്തിനുമിടയ്ക്കുള്ള നൂൽപ്പാലത്തിലൂടെ കടന്നുപൊയ്ക്കൊണ്ടിരിക്കുമ്പോൾ ഇതാ ഈ ബേക്കറി സന്ദർശകൻ കേക്കിന് പുല്ലുവില കല്പിച്ചുകൊണ്ട് നിശ്ചയദാർഢ്യത്തോടെ.... ആണുങ്ങളായാൽ ഇങ്ങനെ വേണമെന്ന് ജോസഫിന് തോന്നി.

ഒരു തവണ കൈവീശിക്കാണിച്ചെങ്കിലും പിന്നീടയാൾ മറ്റേതോ ചിന്തകളിൽ മുഴുകി മാറി നില്ക്കുന്നതായിട്ടാണ് ജോസഫിന് തോന്നിയത്. അയാളുടെ തോളിൽ ഒരു തോൽബാഗ് തൂങ്ങിക്കിടക്കുന്നുണ്ടായിരുന്നു. ആ തുകൽ ബാഗിനുള്ളിൽ എന്തൊക്കെയായിരിക്കും അടുക്കി വച്ചിട്ടുണ്ടാവുക? കണ്ടിട്ട് പണവും പ്രതാപവുമുള്ള ഒരുവനായിട്ടാണ് ജോസഫിന് തോന്നിയത്. അങ്ങനെയുള്ള ഒരാൾ പക്ഷേ ഇത്തരം ഒരു സാധാരണ ബേക്കറിക്കു മുന്നിൽ ചായയും കേക്കും കഴിക്കാനായി വന്നുനിന്ന് തിരക്കു കൂട്ടുമോ? ഒരുപക്ഷേ അയാൾ വന്ന കാറിനു വല്ല കേടുപാടും സംഭവിച്ചതിനെ തുടർന്ന് അതു നന്നാക്കി വരാനുള്ള സമയംവരെ ഒരിടത്താവളം എന്ന നിലയ്ക്ക് കാത്തുനില്ക്കുന്നതുമാകം, മനുഷ്യപ്പറ്റുള്ള മനുഷ്യൻ.

ഏറെനേരം ശ്രദ്ധിച്ചിട്ടും അയാളെ കാണാതിരുന്നതിനാൽ ജോസഫ് നിരാശനായി. നേരത്തെ ഫ്ളാറ്റ് പ്രവേശനം ഗംഭീരമാക്കാൻ മകൻ കെട്ടിത്തൂക്കിയിട്ടിരുന്ന ബലൂണുകളിൽ ചിലത് കാറ്റ് കുറഞ്ഞ് തഴയപ്പെട്ട് എങ്ങോട്ടും പോകാനില്ലാതെ ആടിക്കളിക്കുന്നുണ്ടായിരുന്നു. ചിലതിലൊക്കെ എസ്തെർ വീണ്ടും കാറ്റു നിറച്ച് ജീവൻ വയ്പിച്ചിരുന്നു. അവയിൽ ചിലതാകാം വീൽചെയറിനു മുന്നിലെ ഹൈവേയിൽ പറന്നുകളിച്ചുകൊണ്ടിരുന്നു. കുനിഞ്ഞെടുക്കാൻ ശ്രമിക്കുന്തോറും മാറി മാറി പൊയ്ക്കൊണ്ടിരുന്നു. വീൽചെയറിലിരുന്നുംകൊണ്ടു തന്നെ കുനിഞ്ഞെടുക്കാൻ നോക്കിയെങ്കിലും പറന്നുപറന്ന്....

വീൽചെയർ ബലൂണുകൾക്കു പിന്നാലെ....

അഞ്ച്

ഒരു ദിവസം എസ്തെർ വന്നില്ല. വരില്ലെന്ന് അറിയിച്ചിട്ടില്ലാത്ത തിനാൽ ജോസഫ് പ്രതീക്ഷിച്ചിരുന്നു. ഏതു സമയവും വാതില്ക്കൽ മുട്ടുകേൾക്കുമെന്നാണ് കരുതിയത്. എസ്തെർ ഒരിക്കലും കോളിംഗ് ബെൽ അടിക്കുമായിരുന്നില്ല. ആരെങ്കിലും കോളിംഗ്ബെൽ അടി ച്ചാൽ ശബ്ദം കേട്ടാലുടൻ എസ്തെർ ഞെട്ടിമാറും. എന്തുകൊണ്ടാ ണെന്ന് ചോദിക്കണമെന്നുണ്ടായിരുന്നുവെങ്കിലും മറന്നു. രണ്ടുതവണ ആരൊക്കെയോ വാതില്ക്കൽ വന്നു പോയതായി ജോസഫിന് തോന്നി. എസ്തെർ ആകുമെന്നു കരുതി വാതില്ക്കലോളം വീൽചെ യർ ഓടിച്ചു. എസ്തെറിന് സ്വന്തമായി ഫോൺ ഉണ്ടായിരുന്നില്ല. ഫോൺ ഉപയോഗിക്കുന്നത് ഇഷ്ടമല്ലെന്നാണ് ഒരിക്കൽ പറഞ്ഞത്. എന്തുകൊണ്ടായിരിക്കും? മുന്നറിയിപ്പില്ലാതെ എസ്തെർ വരാതിരു ന്നിട്ടില്ല. എന്തുപറ്റിയെന്നറിയാതെ ജോസഫ് അസ്വസ്ഥനായി. വീൽ ചെയർ പലതവണ ലക്ഷ്യം തെറ്റിമേഞ്ഞു; പിന്നെ തിരികെവന്നു സ്വസ്ഥമായി.

മകൻ വിളിക്കുമ്പോൾ എസ്തെറിനെപ്പറ്റി പറയാമെന്നു കരുതി; പരാതിയായിട്ടല്ല. എന്തെങ്കിലും പറ്റിയിട്ടുണ്ടെങ്കിൽ അറിയണമല്ലോ. മകന്റെ കൈവശം എസ്തെറിനെ ബന്ധപ്പെടാനുള്ള നമ്പർ കാണാ തിരിക്കില്ല. എസ്തെറിന്റെ സ്വന്തം നാട് എവിടെയെന്ന് അറിയില്ല. ടൗണിൽ വാടകയ്ക്ക് താമസിക്കുന്നുവെന്നാണ് പറയാറുള്ളത്. കല്യാണം കഴിക്കാത്തതിനാൽ ഭർത്താവ് മക്കൾ ഇത്തരം വിശേഷ ങ്ങളും ഉണ്ടായിട്ടില്ല. പെട്ടെന്ന് എസ്തെറിനെപ്പറ്റി ഓർക്കുമ്പോൾ തെളിയുന്നത് അവരുടെ മുഖമല്ലെന്നും ഇടയ്ക്കിടെ വീണുകിട്ടുന്ന സമയത്ത് വായിക്കാൻ കയ്യിലെടുക്കുന്ന പുസ്തകങ്ങളാണെന്നും ഓരോ ദിവസവും അവർക്ക് ഓരോരോ മുഖഭാവങ്ങളായിരിക്കുമെന്നും ജോസഫിനു തോന്നി. സന്തോഷമാണോ സന്താപമാണോ എന്നൊന്നും തിരിച്ചറിയാനാകാത്ത മുഖഭാവമായിരിക്കും. മുഖത്തു നിന്നും ഒന്നും വായിച്ചെടുക്കുവാൻ കഴിയുമായിരുന്നില്ല. മുഖവായന വശവുമില്ല. ഇപ്പോഴത്തേത് മുഖപുസ്തകവായന. സ്വകാര്യവിശേഷങ്ങൾക്കിടയിൽ

എസ്തെർ ഒരു മതിൽ കെട്ടിവച്ചിട്ടുണ്ടായിരുന്നു. ഇങ്ങോട്ടും അങ്ങോട്ടും കയറാൻ മാർഗ്ഗങ്ങളുണ്ടായിരുന്നില്ല.

പെട്ടെന്ന് കോളിംഗ്ബെൽ മുഴങ്ങി. വീൽചെയർ കുതിച്ചു; മൂന്നു പേർ ഔപചാരികതകളില്ലാതെ അകത്തേക്കുകയറി. നഗരസഭയുടെ ആരോഗ്യവിഭാഗത്തിൽ നിന്നാണെന്നും ആരോഗ്യസർവ്വേക്കായി വന്നതാണെന്നും കൂട്ടത്തിൽ നീളമുണ്ടായിരുന്ന ആൾ പറഞ്ഞു. നീളമുള്ള ആളിനെ എവിടെയോ കണ്ടുപരിചയമുള്ളതുപോലെ ജോസഫിനു തോന്നുകയും അതുകൊണ്ട് അയാളെതന്നെ ശ്രദ്ധിക്കുകയും ചെയ്തപ്പോൾ അയാൾ മുഖം കുനിക്കുവാനാണ് ശ്രമിച്ചത്. മാത്രവുമല്ല, അതീവ ശ്രദ്ധയോടെ ഡയറിയിൽ ജോസഫിനെ സംബന്ധിക്കുന്ന മുഴുവൻ വിവരങ്ങളും രേഖപ്പെടുത്തുവാനും തുടങ്ങി.

നഗരസഭ അതിന്റെ പരിധിയിൽ താമസിക്കുന്ന എല്ലാ ജനങ്ങൾക്കും തുല്യനീതി ഉറപ്പുവരുത്തുന്ന കാര്യത്തിൽ അതീവ ജാഗ്രത പുലർത്തിവരികയാണെന്നും പ്രത്യേകിച്ചും ഈ രോഗകാലത്ത് അതീവ ജാഗ്രത അത്യന്താപേക്ഷിതമായി തീർന്നിരിക്കുകയാണെന്നും ആയതിനാൽ ചോദിക്കുന്ന എല്ലാ വിവരങ്ങൾക്കും വ്യക്തമായ ഉത്തരം നല്കേണ്ടതുണ്ടെന്നും സന്ദർശകർ ആമുഖമായി പറയുകയുണ്ടായി. ഒരു നേരിയ അശ്രദ്ധ മതി അതു പടർന്ന് കാട്ടുതീയായി പടരാനിടയുണ്ടെന്നും ജാഗ്രത ഓരോ പൗരന്റെയും ഉത്തരവാദിത്വമാണെന്നും സന്ദർശകർ ബോധിപ്പിക്കുകയുണ്ടായി.

ജോസഫിന്റെ കുടുംബപശ്ചാത്തലം, വിദ്യാഭ്യാസ യോഗ്യത, വരുമാനം, അസുഖവിവരങ്ങൾ അങ്ങനെ നഗരസഭയ്ക്ക് ആവശ്യമെന്നു തോന്നിയ സമഗ്രവിവരങ്ങളും അവർ അതീവ ശ്രദ്ധയോടെ രേഖപ്പെടുത്തുന്നതിനിടയിൽ ഫ്ളാറ്റിൽ ജോസഫ് അല്ലാതെ മറ്റാരെങ്കിലും കൂടി താമസിക്കുന്നുണ്ടോ എന്ന് നീളമുള്ള മനുഷ്യൻ ആരാഞ്ഞപ്പോൾ ജോസഫ് എസ്തെറിന്റെ പേർ പറയുകയും ഹോംനഴ്സ് എന്ന നിലയിൽ അവരുടെ പ്രവർത്തനങ്ങളെക്കുറിച്ച് മതിപ്പു പ്രകടിപ്പിക്കുകയും ചെയ്തു.

എസ്തെറിന്റെ വിലാസവും മറ്റ് വിശദാംശങ്ങളും നീളമുള്ളയാൾ പ്രത്യേക താല്പര്യത്തോടെ ചോദിച്ചു മനസ്സിലാക്കാൻ ശ്രമിച്ചെങ്കിലും അക്കാര്യങ്ങളിലുള്ള തന്റെ നിസ്സഹായത ജോസഫ് വ്യക്തമാക്കുകയും പട്ടണത്തിലെവിടെയോ ഒരു വാടകവീട്ടിൽ എസ്തെർ താമസിക്കുന്നു എന്നതുമാത്രമേ തനിക്ക് വ്യക്തമായിട്ടുള്ളൂ എന്നറിയിക്കുകയും ചെയ്തു. അടുത്ത ക്ഷണം എസ്തെറിന്റെ തിരിച്ചറിയൽ കാർഡുകൾ നീളമുള്ളയാൾ ആവശ്യപ്പെട്ടുവെങ്കിലും ഫ്ളാറ്റിൽ അങ്ങനെയൊന്ന് സൂക്ഷിച്ചിട്ടില്ലെന്ന് തനിക്കറിയാമെന്നും ഇനിയൊരവസരത്തിൽ ഉദ്യോഗസ്ഥർ വന്നാൽ തീർച്ചയായും അവ ലഭ്യമാക്കാനാകുമെന്നും ജോസഫ് വിശദീകരിച്ചു. തന്റെ മറുപടികളിൽ

പ്രത്യേകിച്ചും ഉത്തരവാദിത്വബോധമുള്ള ഒരു പൗരൻ എന്ന നിലയിൽ താൻ കാണിച്ച ആത്മാർത്ഥതയിൽ ഉദ്യോഗസ്ഥർ അതീവ തൃപ്തരാണെന്ന് അവരുടെ പ്രതികരണങ്ങളിൽനിന്ന് ബോധ്യപ്പെടുത്തുന്നതായി ജോസഫിന് തോന്നി.

വിവരശേഖരണത്തിനുശേഷം മൂന്ന് ഉദ്യോഗസ്ഥന്മാരും ഫ്ളാറ്റിന്റെ വിവിധപ്രദേശങ്ങൾ നോക്കിക്കാണുകയും ബാൽക്കണിയോളം ചെന്നു നിന്ന് താഴെയുള്ള ബേക്കറി, മൊബൈൽ കട എന്നിവ നിരീക്ഷിക്കുകയും സാധാരണക്കാർക്ക് വളരെ സ്വസ്ഥതയോടെ എക്കാലത്തും ജീവിക്കാൻ കഴിയുന്ന ഒന്നാന്തരം ഫ്ളാറ്റ് എന്ന് അഭിപ്രായപ്പെടുകയും ചെയ്തു. ഫ്ളാറ്റിന്റെ മനോഹാരിതയിൽ മൂന്ന് ഉദ്യോഗസ്ഥർക്കും ഒരേവിധം സംതൃപ്തിയാണുള്ളതെന്ന് അവരുടെ പെരുമാറ്റത്തിൽനിന്ന് ആർക്കും ബോധ്യമായിട്ടുള്ളതായിരുന്നു. ആരോഗ്യപ്രശ്നങ്ങൾ എന്തെങ്കിലുമുണ്ടെങ്കിൽ തങ്ങളെ ഏതു സമയത്തും അറിയിക്കാവുന്നതാണെന്നും സഹജീവിയുടെ ജീവന് വിലകല്പിക്കാത്ത ഒരു ഭരണസംവിധാനത്തിനും ജനപിന്തുണ ആർജ്ജിക്കാനാവുകയില്ലെന്നും ആ ഉദ്യോഗസ്ഥർ ഒരേ മനസ്സോടെ പറയുകയും ജോസഫിന്റെ മൊബൈൽ നമ്പർ രേഖപ്പെടുത്തുകയും ചെയ്തു. തുടർന്ന് നേരിയ ക്ഷമാപണത്തോടെ നീളമുള്ളയാൾ ജോസഫിന്റെ സുരക്ഷിതത്തിനും മറ്റ് കൂടുതൽ വിവരങ്ങൾ ലഭ്യമാക്കുന്നതിനുമായി ഹോംനഴ്സിന്റെ മൊബൈൽ നമ്പർ കൂടി ആവശ്യപ്പെട്ടപ്പോൾ അവർ ഫോൺ ഉപയോഗിക്കാറില്ലെന്നും ഒരുപക്ഷേ തന്റെ മകനുമാത്രമേ അക്കാര്യം അറിയാൻ സാധിക്കുകയുള്ളൂവെന്നും ആവശ്യമെങ്കിൽ മകനോട് സംസാരിച്ച് നിവൃത്തിയുണ്ടാക്കാമെന്നും ജോസഫ് പറഞ്ഞു. അത്രയൊന്നും അത്യാവശ്യമില്ലെന്നും അടിയന്തിരഘട്ടം വന്നാൽ ജോസഫിനെ ബന്ധപ്പെടാൻ വേണ്ടി മാത്രമാണെന്നും ഫോൺ നമ്പർ തിരക്കിയ കാര്യം ഹോംനഴ്സിനെ അറിയിക്കേണ്ടകാര്യം പോലുമില്ലെന്നും നീളം കൂടിയ ആൾ വെളിപ്പെടുത്തുകയുണ്ടായി.

അവർ യാത്രപറയാൻ തുടങ്ങിയപ്പോൾ ചായയോ ജ്യൂസോ ഒന്നും നൽകാൻ കഴിയാത്ത സാഹചര്യം അനുസ്മരിച്ചുകൊണ്ട് ജോസഫ് ക്ഷമാപണം നടത്തുകയും വീൽചെയർ അതീവ സാവധാനതയിൽ വാതില്ക്കലോളം കൊണ്ടുനിർത്താൻ പരിശ്രമിക്കുകയും ചെയ്തപ്പോൾ നീളംകൂടിയ ആൾ വീൽചെയർ കുനിഞ്ഞ് ഒന്നു തള്ളി പിന്നെ നേരെയാക്കുകയും ജോസഫിന് ഒരിക്കലും മറക്കാനാവാത്ത ഒരു ചിരി സമ്മാനിക്കുകയും ചെയ്തു. അതുകണ്ട് അതേവരെ ചിരിക്കാതിരുന്ന മറ്റ് രണ്ടുപേരും മുഖത്ത് അല്പനേരത്തേക്കുമാത്രം എന്ന മുൻവിധിയോടെ നേരിയ ചിരി പടർത്തുകയും അടുത്തക്ഷണം അത് പിൻവലിക്കുകയും ചെയ്തു. മൂന്നുപേരും തിടുക്കത്തിൽ വാതിൽ ചാരി. വീൽചെയർ റിഹേഴ്സൽ നടത്തി യഥാസ്ഥാനത്തെത്തിയതിനെ തുടർന്ന് ജോസഫ് കട്ടിലിലേക്കു കയറാൻ ഒറ്റയ്ക്ക് ശ്രമം തുടങ്ങി.

ആറ്

ഒറ്റയ്ക്കുള്ള കട്ടിൽ പ്രവേശനം അത്ര എളുപ്പത്തിൽ നിർവ്വഹിക്കാൻ കഴിയുന്നതായിരുന്നില്ല. മൂന്നുവട്ടം ശ്രമിച്ചെങ്കിലും കട്ടിലും വീൽചെയറും തമ്മിൽ ഒട്ടും പൊരുത്തപ്പെടുകയുണ്ടായില്ല. ഇതേതുടർന്ന് ജോസഫ് വീൽചെയർ അതിവേഗത്തിലാക്കി മുറികൾക്കുള്ളിൽ നാല് റൗണ്ടടിച്ച് സ്വസ്ഥനായി. കുവൈത്തിൽ നൈറ്റ് ഡ്രൈവിന് പോകുമായിരുന്നത് പെട്ടെന്ന് ഓർമ്മ വന്നെങ്കിലും അങ്ങനെ ഓർക്കേണ്ടിയിരുന്നില്ലെന്ന് ജോസഫിന് തോന്നി. കാറിൽ തൊട്ടരികിൽ അന്ന് ഇരിക്കുമായിരുന്ന ആളിനെ ഇന്ന് ഓർക്കുവാൻ കൂടി കഴിയുന്നില്ല. ഓർമ്മിച്ചെടുക്കാൻ പറ്റുന്നുമില്ല.

കുവൈത്തിലെ ആദ്യകാലത്ത് ഏഴെട്ടുകൊല്ലം ആ കൂടിക്കാഴ്ച നടന്നിരുന്നു. നീണ്ട യാത്രകൾ, ലെബനീസ് റസ്റ്ററന്റുകൾ, ഫോൺവിളികൾ നാലും അഞ്ചും റൗണ്ട് തമാശയാത്രകൾ... നാല് റൗണ്ട് വീൽചെയർ യാത്രയ്ക്ക് നല്ല ക്ഷീണം തോന്നി. ആ പഴയകാലം... ശമ്പളം ഇന്ത്യൻ കറൻസിയുമായി തട്ടിച്ചാൽ എഴുപത്തിനാലായിരത്തിൽപരം, നാട്ടിൽ ഒരു ലിറ്റർ പെട്രോളിന് അഞ്ചുരൂപ. ആദ്യഅവധിക്കു വന്നപ്പോൾ തന്നെ അംബാസിഡർ വാങ്ങി ഓടിച്ചു. ഏഴെട്ടു കല്യാണ ആലോചനകൾ. വീട്ടിൽ സ്വസ്ഥതയില്ല. അതേ അംബാസിഡറിൽ കറങ്ങി നാലഞ്ച് പെണ്ണ് കണ്ടു. ഒന്നിനേം അങ്ങോട്ട് അത്ര ഇഷ്ടമായില്ല; പരിഷ്കാരം പോരാ. ഒടുവിൽ അപ്പനും അമ്മയും കാര്യമേറ്റെടുത്തു. ഇടവകക്കാരി പെണ്ണിനെ അവരുതന്നെ കണ്ടുപിടിക്കുകയായിരുന്നു. ആദ്യഅവധിക്കുതന്നെ കല്യാണം നടന്നു. എല്ലാം പെട്ടെന്നായിപ്പോയി.

മറ്റൊന്നും ധരിച്ചേക്കരുത്, നമ്മളു തമ്മിൽ ഒരിക്കലും അങ്ങനെ ഒരു ധാരണ ഉണ്ടായിരുന്നുമില്ലല്ലോ എന്നൊക്കെ ട്രങ്ക്ബുക്ക് ചെയ്ത് ഒറ്റശ്വാസത്തിൽ കുവൈത്തിലേക്ക് വിളിച്ചുപറഞ്ഞു. അവൾ മറുത്തൊന്നും പറഞ്ഞില്ല; പിന്നെ ആളിനെ കണ്ടിട്ടില്ല.

എസ്തെർ വരാത്തതുകൊണ്ട് ബ്രെഡും ബിസ്ക്കറ്റും കഴിച്ച് പിടിച്ചുനില്ക്കാൻ ശ്രമിക്കുകയായിരുന്നു ജോസഫ്. വീൽചെയർ

ഇനി വിശ്രമിക്കട്ടെ. മനസ്സ് വായിക്കുന്ന വാഹനമാണ് വീൽചെയർ. വിശപ്പും ദാഹവും പോലും അത് തിരിച്ചറിയുന്നു എന്നു തോന്നിയിട്ടുണ്ട്. സങ്കടങ്ങളുടെ സതീർത്ഥ്യനാണ് വീൽചെയർ. ലോകം ഒരു മുറിപോലെ സുരക്ഷിതമായിരുന്നുവെങ്കിൽ വീൽചെയറിൽ ലോകം മുഴുവൻ കറങ്ങാൻ സാധിക്കുമായിരുന്നു. കുടുംബവീടും പറമ്പും ഇപ്പോൾ എങ്ങനെയായിരിക്കും? മുറ്റത്തോടു ചേർന്നുള്ള റമ്പുട്ടാനും മാങ്കോസ്റ്റീനും മനസ്സമാധാനത്തോടെ കഴിയുകയാണോ? കായ്ക്കുന്ന കാലത്ത് ആർക്കും വന്ന് കട്ടുപറിക്കേണ്ടി വന്നിരുന്നില്ല. മറ്റുള്ള പറമ്പുകളിൽ മരങ്ങൾ വലയിട്ട് മൂടിക്കെട്ടി വച്ചിരിക്കും; ഒരീച്ചയ്ക്കു പോലും കടക്കാനാവാത്തവിധം കായ്കൾ കുലച്ചു കിടക്കുന്ന ശാഖകളിൽ കാലേക്കൂട്ടി വലകൾ കെട്ടി ഉറപ്പിച്ചുണ്ടായിരിക്കും. പ്ലാസ്റ്റിക് വല കൊത്തിവലിക്കാൻ മിനക്കെടാതെ പക്ഷികൾ പിൻവാങ്ങുന്നതും പതിവായിരുന്നു. പതിവ് മുടങ്ങിയോ എന്തോ? ഗോപി അവിടെ എന്തൊക്കെ കാട്ടിക്കൂട്ടിയിട്ടുണ്ടാകും? രാവിലെ മുതൽ ഗോപിയെ ശ്രമിക്കുന്നുണ്ടായിരുന്നു. കിട്ടുന്നില്ല. ഫോൺ കൊണ്ടുനടക്കുന്ന പ്രകൃതക്കാരനല്ലായിരിക്കും. വീൽചെയറിൽ ചാരുമ്പോൾ വിഷമം മറക്കും.

ഞെട്ടി ഉണർന്നപ്പോൾ ഗോപി. വലിയവായിലെ വർത്തമാനം. പറമ്പിൽ പണിക്കാരുണ്ടായിരുന്നുവെന്ന്.

''എന്താ പണി?''

''റബ്ബറിനു കുഴിയെടുക്കുന്നു.''

''ആര് പറഞ്ഞ് റബ്ബർ തൈ വയ്ക്കാൻ?''

''കൊച്ച് അമേരീക്കേന്ന് വിളിച്ചു പറഞ്ഞാരുന്നു.''

''കൊച്ചിന് ഇമ്മാതിരി കുരുട്ടൊന്നും പിടിയില്ലല്ല്; നീ പ്രേരിപ്പിച്ചതാരിക്കും.''

ഗോപി നിഷേധിക്കുന്നില്ല.

''റബ്ബറിനൊക്കെ ഇപ്പം എന്നാ വെലയാ?''

''വെല താഴ്ന്നാലോ ഗോപീ?''

''അങ്ങനെ പറ്റത്തില്ല.''

''നീ ആണോ റബ്ബർവെല നിശ്ചയിക്കുന്നേ?''

''സ്ഥലം വെറുതെ കെടക്കണ്ടാന്നു വിചാരിച്ചു.''

''അതവിടെ കെടക്കട്ടെ; എന്തുവാന്നേലും റബ്ബറു വേണ്ട.''

ഗോപിക്കത് ഇഷ്ടമായില്ല.

''രണ്ടേക്കറോളം കുഴികുത്തി.''

''കുഴി അവിടെ കെടക്കട്ടെ.''

''ഇത്രേം പൈസ ചെലവാക്കിയതല്ലിയോ.''

ജോസഫിന് ദേഷ്യം വന്നു.

''പൈസ നിന്റെ പോക്കറ്റീന്നല്ലല്ലോ.''

''പൈസ പൈസ തന്നല്ലിയോ?''

ഗോപി വിട്ടുകൊടുക്കുന്നുണ്ടായിരുന്നില്ല.

തന്റെ പറമ്പിൽ എന്തുവേണമെന്ന് താൻ തീരുമാനിച്ചുകൊള്ളാമെന്നും നോക്കാൻ വന്നവൻ നോക്കി തിരിച്ചുപോയാൽ മതിയെന്നും അതിനുള്ള കൂലി ഉറപ്പിച്ചിട്ടുണ്ടല്ലോ എന്നും ജോസഫ് പറഞ്ഞെങ്കിലും ഗോപിക്ക് ബോധ്യമാകുന്നില്ലായിരുന്നു. ഗോപി ഒരു പടികൂടി കടന്ന് പറമ്പിൽ എന്തു കൃഷി ചെയ്യണമെന്നു നിശ്ചയിക്കുന്ന തലത്തിലേക്ക് വളർന്നിരിക്കുന്നതായും അയാൾ ഒറ്റയ്ക്കെടുത്ത തീരുമാനമാകാനിടയില്ലെന്നും ജോസഫിനു തോന്നി. പിന്നിൽ ആരോ പിന്തുണ കൊടുക്കുന്നുണ്ടാവും. അതാണവൻ തർക്കിക്കാൻ നിന്നത്. ഗോപി പഴയ ഗോപിയല്ല.

ഒരിക്കൽക്കൂടി ഗോപിയെ വിളിച്ച് റബ്ബർ ഒരു തൈപോലും പറമ്പിൽ കണ്ടുപോകരുതെന്ന് വിളിച്ചുപറയാൻ ജോസഫിനു തോന്നിയെങ്കിലും വീണ്ടും ദേഷ്യപ്പെടാൻ തന്നെയെന്നു കരുതി ഗോപി ഫോൺ എടുക്കാനിടയില്ലെന്ന് തോന്നിയതുകൊണ്ട് വിളിക്കാനും ശ്രമിച്ചില്ല. പണ്ടുമുതല്ക്കേ ജോസഫിന് റബ്ബർ ഇഷ്ടമായിരുന്നില്ല. കൊതുകും കൂത്താടികളും നിറയുന്നിടമാണ് റബ്ബർ തോട്ടമെന്നാണ് ജോസഫ് കരുതിയിട്ടുള്ളത്. നാടിനു പറ്റിയ കൃഷിയേയല്ല. വിദേശികൾ കുന്നുകളിലും മലയോരങ്ങളിലും മാത്രം വളരാൻ അനുവദിച്ച റബ്ബർ വയലുകളിലും വഴിയോരങ്ങളിലും പാൽ ചുരത്തുന്നു. യഥാർത്ഥത്തിൽ റബ്ബർ ഒരു മരമല്ല, മരമാതൃകയിലുള്ള യന്ത്രമാണ്.

ഗോപി അറിയിച്ചതിൻപ്രകാരമായിരിക്കും മകൻ വീഡിയോ കോളിൽ എത്തിയിട്ടുള്ളതെന്നു വിചാരിച്ചുകൊണ്ട് ജോസഫ് ഫോൺ എടുക്കുകയും കുറച്ചുനേരം ഒന്നുംപറയാൻ കൂട്ടാക്കാതെയിരിക്കുകയും ചെയ്തു. റബ്ബറിനൊക്കെ ഇപ്പോൾ എന്താവിലയെന്ന് അറിയില്ലേയെന്ന് ആമുഖമായി മകൻ ചോദിച്ചു. രണ്ടുകൊല്ലം മുൻപ് റബ്ബറിന് തീരെ വില കുറഞ്ഞുപോയ സന്ദർഭം ജോസഫും ഓർമ്മിപ്പിച്ചു. ജീവിതം പോലെയാണ് റബ്ബർ വില. അനിശ്ചിതത്വം. വില ഇപ്പോഴെത്രയാണെന്നുള്ളതാണ് പ്രധാനമെന്നും ഒരിക്കലും ഇനി ഒരു പരിധിവിട്ട് താഴേക്ക് പോകാനിടയില്ലെന്നും മകൻ ഓർമ്മിപ്പിച്ചപ്പോൾ ഗോപി അമേരിക്കയിലിരുന്ന് സംസാരിക്കുകയാണോ എന്ന് ജോസഫ് തിരിച്ചുചോദിക്കുകയും അതുകേട്ട് മകൻ ദേഷ്യപ്പെട്ടുകൊണ്ട് യുക്തിപൂർവ്വം ആരെന്തുപറഞ്ഞാലും അതു മനസ്സിലാക്കാൻ ശ്രമിക്കുന്നതിൽ എന്താണു തെറ്റുള്ളതെന്ന് പറയുകയും ചെയ്തു. ഈ കേൾക്കുന്ന സ്വരം യുക്തി ഇല്ലായ്മയാണെന്ന് ജോസഫും

മറുപടി പറഞ്ഞു. അതിനിടെ ഹെൽത്തിൽ നിന്നും വന്നവരെപ്പറ്റിയും ജോസഫ് ചിലതു പറഞ്ഞു. എസ്തെറിന്റെ ഫോൺ നമ്പർ കൊടുക്കാനായില്ലെന്നുകൂടി പറഞ്ഞപ്പോൾ അതിന്റെ ആവശ്യമില്ലെന്നും എസ്തെറിനെ ബന്ധപ്പെടുത്തിതന്ന ഏജൻസിയോടു മാത്രമേ ആർക്കും ബന്ധപ്പെടാൻ കഴിയുകയുള്ളൂവെന്നും ഹെൽത്ത് വിഭാഗക്കാർ ഇനി അന്വേഷിക്കുകയാണെങ്കിൽ ഏജൻസിയുടെ ഫോൺനമ്പർമാത്രം അത്യാവശ്യമെന്നു തോന്നിയാൽ കൊടുക്കാവുന്നതാണെന്നും മകൻ പിതാവിനെ ഓർമ്മിപ്പിച്ചു. ഒരു സ്ത്രീ എന്ന നിലയ്ക്ക് അവരുടെ സ്വകാര്യതയെ മാനിക്കണമെന്നും അത്തരം ഒരു സംസ്കാരം നാട്ടിൽ ഇതുവരെ രൂപപ്പെട്ടുവരാത്തതിൽ തനിക്ക് അത്ഭുതം തോന്നുന്നുണ്ടെന്നും മകൻ പിതാവിനെ അറിയിക്കയുണ്ടായി.

വീടും പറമ്പും അന്യാധീനപ്പെടുകയാണെന്ന ആധിയായിരുന്നു ജോസഫിന്. മകനുമായി അക്കാര്യത്തിലായിരുന്നു ജോസഫിന്റെ പ്രധാന തർക്കം. താൻ കഷ്ടപ്പെട്ടുണ്ടാക്കിയ സ്ഥലമാണ്, ബുദ്ധിമുട്ടി ഉണ്ടാക്കിയ വീടാണ്. അവിടെ കിടന്നു മരിക്കാനാണ് താൻ ആഗ്രഹിക്കുന്നതെന്നും വീട്ടിൽ താമസിച്ചിരുന്ന കാലത്ത് തനിക്ക് നടക്കാൻ ബുദ്ധിമുട്ടുണ്ടായിരുന്നില്ലെന്നും വീൽചെയറിനെപ്പറ്റി താൻ ഒരിക്കൽപോലും ആലോചിച്ചിരുന്നില്ലെന്നും ജോസഫ് ഓർമ്മിപ്പിച്ചു. പറമ്പിൽ ഒന്നിറങ്ങി നിന്നാൽ തന്നെ പകുതിവിഷമം തീരുമായിരുന്നു.

പ്ലാവും മാവും ആഞ്ഞിലിയുമൊക്കെ നിറഞ്ഞു നിൽക്കുന്ന തൊടിയും പറമ്പുമായതിനാൽ പ്രത്യേക തരത്തിലുള്ള വാസനയും അന്തരീക്ഷവുമായിരുന്നു. അതൊക്കെ ഇപ്പോൾ മനസ്സുകൊണ്ടു ശ്വസിച്ചാണു ജീവിക്കുന്നത്. യഥാർത്ഥത്തിൽ ഫ്ളാറ്റിലേക്ക് കടന്നു വരേണ്ട കാര്യമൊന്നുമില്ലായിരുന്നു. ഇവിടം തനിക്കത്ര സുരക്ഷിതമായി തോന്നുന്നുമില്ല. എസ്തെർ വരാത്തദിവസം തീർത്തും അനാഥനായി, നിസ്സഹായനായി അനുഭവപ്പെടുന്നു. നാട്ടിലായിരുന്നുവെങ്കിൽ ആരുടെയും കൂട്ടുപോലും വേണ്ടായിരുന്നു. ചില സമയത്ത് പഴയ കൂട്ടുകാരൻ ജോർജ്ജൂട്ടിയും പള്ളിപ്പിരിവുകാരും വഴി തെറ്റിവരുന്ന ഭിക്ഷക്കാരും വഴി ഓർത്തുവരുന്ന കച്ചവടക്കാരും പട്ടിയും പൂച്ചയും എല്ലാം കൂടിച്ചേർന്നുള്ള മേളം തന്നെ മതിയായിരുന്നു എല്ലാം മറന്നു ജീവിക്കുവാൻ.

ഒറ്റയ്ക്കിരിക്കുമ്പോൾ ഒരായിരം ഓർമ്മകൾ വന്നു കൂടുകെട്ടും. പകുതിയിലധികവും വേണ്ടാത്ത ഓർമ്മകളായിരിക്കും. ഇത്രയും കേട്ടപ്പോൾ മകനും നേരിയ മനസ്താപം തോന്നുകയുണ്ടായി. എന്നാൽ മകന് പിന്നെയും ന്യായീകരണങ്ങൾ ഉണ്ടായിരുന്നു. പിതാവിന്റെ സുഖവും ക്ഷേമവും മാത്രമാണ് താൻ ലക്ഷ്യമാക്കുന്നതെന്നും അമ്മയും ഇതേ അഭിപ്രായം തന്നെയാണ് തന്നോടു പറഞ്ഞിട്ടുള്ളതെന്നും അമ്മയ്ക്ക് തന്നോടൊപ്പം വന്നു താമസിക്കുവാനായിരുന്നു

കൂടുതൽ താല്പര്യമെന്നും ഇക്കാര്യം കൂടി പരിഗണിച്ചാണ് താൻ സമ്പാദ്യത്തിൽ നിന്ന് വലിയൊരു തുക ചെലവഴിച്ച് ഫ്ളാറ്റ് വാങ്ങിയതെന്നും മകൻ പറഞ്ഞു. എന്തുകൊണ്ടോ ജോസഫിന് ആ മറുപടിയിൽ തൃപ്തി തോന്നിയില്ല.

അടുത്തക്ഷണം അന്നാമ്മ വീഡിയോ കോളിൽ പ്രത്യക്ഷപ്പെടുകയുണ്ടായി.

''എന്നാ ഒണ്ട് വിശേഷം?''

''ഓ...''

''വല്ലോം കഴിച്ചോ?''

ഭാര്യയുടെ സ്നേഹാന്വേഷണം ജോസഫിനെ അലോസരപ്പെടുത്തുകയാണുണ്ടായത്. അതുകൊണ്ടയാൾ എല്ലാ ചോദ്യങ്ങൾക്കും കൃത്യമായ മറുപടി പറയാതെ ഒഴിഞ്ഞു മാറിക്കൊണ്ടിരുന്നു.

''മഴയൊണ്ടോ അവിടെ?''

''ആർക്കറിയാം.''

ജോസഫിന് ദേഷ്യം വന്നു.

''അതെന്തുവാ കാണാൻ വയ്യായോ?''

''കാലാവസ്ഥാ കേന്ദ്രത്തിലല്ല പണി.''

''ഇത്രേം ദൂരേന്നു വിളിക്കുമ്പഴും എന്തിനാ ചൊറീന്നേ?''

''ഇവിടെ മഴ വന്നാലെന്തുവാ, വെയിലു വന്നാലെന്തുവാ അവിടിരിക്കുന്നവർക്ക്?''

ഭാര്യയും വിട്ടുകൊടുക്കാൻ തയ്യാറായിരുന്നില്ല.

''പിന്നെന്തുവാ അവിടുത്തെ വിവരങ്ങൾ ഒന്നും അറിയണ്ടായോ?''

''അറിയണേൽ ഇവിടെ വന്ന് താമസിക്ക്...''

''എവിടെ കഴിഞ്ഞാലും വിവരം അറിഞ്ഞാൽ മതി.''

''എങ്കിൽ ഇവിടെ ഇത്രേം വിവരമേ ഒള്ള്.''

ജോസഫ് ഫോൺ കട്ടാക്കി.

വീൽചെയർ ബാൽക്കണിക്കടുത്ത് ബ്രേക്കിട്ടു; പുറത്ത് മഴയാണോ, കാറ്റാണോ?

മഴയും വെയിലും ചിലപ്പോൾ ഒരേപോലെയായിരിക്കും. വീട്ടിനുള്ളിൽ ഇരിക്കുന്നവർക്ക് രണ്ടിന്റേം ഗുണം ഒന്നുപോലെ മാത്രം എന്നോർത്തുംകൊണ്ട് ജോസഫ് അടുക്കളയിലേക്ക് വീൽചെയർ ഓടിച്ചു.

ഏഴ്

അടുത്തദിവസം എസ്തെർ വന്നപ്പോൾ നഗരസഭയിൽ നിന്നും ആരോഗ്യവകുപ്പുകാർ വന്ന കാര്യം ഓർമ്മിപ്പിച്ചെങ്കിലും കാര്യമാക്കിയില്ല. എസ്തെറിനെക്കുറിച്ചുള്ള വിവരങ്ങൾ പ്രത്യേകമായി അന്വേഷിച്ചിരുന്നുവെന്ന് അറിയിച്ചപ്പോൾ മാത്രമാണ് അവർ കാര്യം വേണ്ടത്ര മനസ്സിലാക്കിയതെന്നു തോന്നുന്നു. തന്റെ മേൽവിലാസത്തിന് ഏജൻസിയുമായി മാത്രം ബന്ധപ്പെടേണ്ടതാണെന്നും സ്വകാര്യതയിലേക്ക് ഒളിഞ്ഞുനോക്കാനുള്ള അവകാശം മറ്റുള്ളവർക്കില്ലെന്നും ഇനി അഥവാ ആരെങ്കിലും അക്കാര്യത്തിൽ നിർബന്ധം പിടിക്കുകയാണെങ്കിൽ അക്കാര്യത്തിൽ താൻ ഉചിതമായ തീരുമാനം കൈക്കൊള്ളുന്നതാണെന്നും എസ്തെർ വെളിപ്പെടുത്തുകയുണ്ടായി. വ്യക്തി എന്തു ചെയ്യുന്നുവെന്നന്വേഷിക്കേണ്ടത് നഗരസഭാ ജീവനക്കാരുടെ ഉത്തരാദിത്വമല്ലെന്നും ആരോഗ്യപ്രശ്നങ്ങളുമായി ബന്ധപ്പെട്ട വിശദാംശങ്ങൾ വിശ്വസനീയമായ വിധത്തിൽ അന്വേഷിച്ചാൽ താൻ വെളിപ്പെടുത്തുന്നതാണെന്നും എസ്തെർ ഓർമ്മിപ്പിച്ചു. മാത്രമല്ല രോഗിയെ സന്ദർശിക്കുന്നവർ രോഗിയുടെ വീട്ടുജോലി നിർവ്വഹിക്കുന്നവരെക്കുറിച്ചല്ല അറിയാൻ ശ്രമിക്കേണ്ടത്. അവരുടെ ശ്രദ്ധ തീർച്ചയായും രോഗിയിൽതന്നെ നിലനില്ക്കുന്നതാണ് ഉചിതമായിട്ടുള്ളത്.

എസ്തെർ കൊണ്ടുവന്ന പുസ്തകങ്ങളിലൊന്ന് ജോസഫ് വെറുതെ മറിച്ചുനോക്കിക്കൊണ്ടിരുന്നു. അത്തരം ശീലങ്ങൾ ഉണ്ടായിരുന്നതല്ല. ആവശ്യം സൃഷ്ടിയുടെ മാതാവാണെന്നു പറയാറുണ്ടല്ലോ എന്ന് ജോസഫ് ഓർത്തു. വേദപുസ്തകവും പത്രവുമല്ലാതെ മറ്റൊന്നും വായിക്കേണ്ടി വന്നിട്ടുണ്ടായിരുന്നില്ല. റോസ ലക്സംബർഗിന്റെ പുസ്തകമാണെന്ന് എസ്തെർ പറഞ്ഞപ്പോൾ അവർ തീർച്ചയായും ഒരു മലയാളി ആയിരിക്കുകയില്ലെന്ന് ജോസഫിനു തോന്നുകയും പിന്നെ ഏതു നാട്ടുകാരിയായിരിക്കുമെന്ന് ചിന്തിക്കുകയും ആ ചിന്ത മനസ്സിലാക്കിക്കൊണ്ടുതന്നെ റോസ, പോളണ്ടുകാരിയായിരുന്നുവെന്നും

ലോകത്തെ എല്ലാ സ്ത്രീകളുടെയും വിപ്ലവമിത്രം ആയിരുന്നുവെന്നും എസ്തെർ വിവരിക്കുകുണ്ടായി. പുസ്തകം തുറക്കുമ്പോൾ തന്നെ കാണപ്പെട്ട ഒരു വാചകം ജോസഫിനു വായിക്കാനായി എസ്തെർ ചൂണ്ടിക്കാട്ടുകയും ജോസഫ് വായിച്ച് ആഹ്ലാദിക്കുകയും ചെയ്തു.

"Those who do not move,
do not notice chains..."

ചങ്ങല, കാണാതെ പോകുകയാണെന്നും ഓരോരുത്തരും വിവിധങ്ങളായ ചങ്ങലകൾ വഹിക്കുന്നുണ്ടെന്നുമായിരുന്നു ജോസഫിന്റെ ആഹ്ലാദത്തിന്മേൽ വിരിച്ചിട്ട എസ്തെറിന്റെ മറുപടി. ഒരു ട്രെയിൻഡ് ഹോം നഴ്സ് എന്ന നിലയിൽ എസ്തെർ വിദഗ്ദ്ധയാണെങ്കിലും അറിയപ്പെടാത്ത മറ്റ് നിരവധി കാര്യങ്ങളിലും എസ്തെറിന് വൈദഗ്ദ്ധ്യം ഉണ്ടായിരിക്കുമെന്ന് ജോസഫിന് തോന്നി.

ബേക്കറിക്കു മുന്നിൽ സാമാന്യം ആൾക്കൂട്ടം കണ്ട് ജോസഫ് ബാൽക്കണിയിൽ ബ്രേക്കിട്ടു; ചൂടാറിയ കേക്കും ചൂടു ചായയും ചൂടേറിയ ചർച്ചയും. ജോസഫിന് ചിലത് വ്യക്തമായി കേൾക്കാം. തിരക്കിട്ട് ഓടിപ്പോകാൻ വരുന്നവരും അവിടെ ഇരുന്ന് വലിയ വായിൽ ചർച്ച നടത്തുന്നുണ്ട്. പത്രത്തിൽ വരുന്ന കാര്യങ്ങളുടെ അനുബന്ധ പ്രസ്താവനകളാണധികവും.

ഒരാൾ കഴിഞ്ഞ മലയിടിച്ചിലിനെക്കുറിച്ചാണ് പറഞ്ഞുകൊണ്ടിരുന്നത്. അയാളുടെ പ്രദേശത്താണ് ദുരന്തം. മുപ്പത്തിരണ്ട് വീടുകൾ ഒഴുകിപ്പോയി. പത്തിരുന്നൂറ് കന്നുകാലികൾ പോയി. ഏഴെട്ട് മനുഷ്യജീവനുകളും. ഇങ്ങനെയായാൽ എങ്ങനെ മനസ്സമാധാനത്തോടെ പിറന്ന നാട്ടിൽ ജീവിക്കാനാകുമെന്നും പറിച്ചെറിയപ്പെട്ട മനുഷ്യരാണു തങ്ങളെന്നും അയാൾ പറയുന്നുണ്ടായിരുന്നു. മുണ്ടും ഷർട്ടും തോളിൽ ഒരു ടർക്കി ടവ്വലും അയാൾ വിടർത്തിയിട്ടിട്ടുണ്ടായിരുന്നു. കണ്ടാൽ എത്ര വയസ്സു മതിക്കുമെന്ന് ജോസഫ് ഓർത്തുനോക്കിയെങ്കിലും അയാളുടെ മുഖം അത്രയൊന്നും വ്യക്തമായിട്ടുണ്ടായിരുന്നില്ലെന്നു മാത്രമല്ല അയാളുടെ ശബ്ദം രൂപത്തെക്കാൾ വലുപ്പവും മുഴക്കവുമുള്ളതായിരുന്നു. ആശുപത്രിയിൽ വന്ന വഴിക്ക് ബേക്കറിയിൽ കയറുന്നയാളാണത്രേ. പരിശോധനാഫലം കിട്ടാൻ ആശുപത്രി വരാന്തയിൽ ഇരിക്കുന്നതിനെക്കാൾ കേക്കു തിന്നിരിക്കുന്നത് ഉത്തമം എന്നും അയാൾ ഓർക്കുന്നുണ്ടാവും.

പ്രളയത്തെപ്പറ്റി പരിദേവനം പറഞ്ഞയാളെ സർവ്വത്ര ശക്തിയോടെ എതിർക്കുന്ന മറ്റൊരാളെയും അവിടെ കാണുവാൻ കഴിഞ്ഞു. അയാൾ ഒരേ നിറമുള്ള കൈലിമുണ്ടും ഷർട്ടും ധരിച്ച് തലയ്ക്ക് അതേ നിറമുള്ള തോർത്തുമുണ്ടുകൊണ്ട് ഒരു കെട്ടും കെട്ടിയിട്ടുണ്ടായിരുന്നു. പറയുന്നയാളും തർക്കിക്കുന്നയാളും ചിരപരിചിതരല്ല.

ബേക്കറി അവരുടെ പരിചയത്തെ രുചിയുള്ളതാക്കിയിട്ടുണ്ടാവും. എവിടെനിന്നോ വന്ന് ഒരിടത്ത് ഒന്നിച്ചുനിന്നശേഷം പിന്നെയും പുറപ്പെടേണ്ടവർ ഇത്രയും ഉച്ചത്തിൽ തർക്കിക്കേണ്ട കാര്യമുണ്ടോ? വീടുകൾ ഒഴുകിപ്പോയതിന്റെ പേരിൽ അധികൃതരെ കുറ്റംപറയുന്നതാണ് തലേക്കെട്ടുകാരനെ ചൊടിപ്പിച്ചത്. അത്തരം ദുരന്തങ്ങൾ ഉണ്ടാകുമ്പോഴൊക്കെ ഉണർന്നു പ്രവർത്തിച്ചിട്ടുള്ള, ഇനിയും പ്രവർത്തിക്കാൻ തയ്യാറെടുത്തിരിക്കുന്ന അധികൃതരുടെ മനോവീര്യം തകർക്കരുതെന്നായിരുന്നു അയാളുടെ അഭ്യർത്ഥന. മാത്രവുമല്ല, പ്രകൃതി ദുരന്തത്തിന് ഉദ്യോഗസ്ഥർ എങ്ങനെ ഉത്തരവാദികളാകും? അവർ ആവുംവിധം പ്രവർത്തിക്കുന്നുമുണ്ട്. മലയടിവാരത്തിലൊക്കെ കാണുന്നിടത്തൊക്കെ പോയി വീടു വയ്ക്കുന്നവർക്കും ദുരന്തത്തിൽ ഉത്തരവാദിത്വമുണ്ട്. വെറുതെ കാടടച്ച് ആക്ഷേപിക്കരുതെന്നും പ്രതിലോമ ശക്തികൾക്കെതിരെ എന്തു നിലപാടു സ്വീകരിക്കണമെന്ന് തങ്ങൾക്കറിയാമെന്നും തലേക്കെട്ടുകാരൻ പറഞ്ഞപ്പോൾ അതേനിറമുള്ള വേഷത്തിൽ റോഡിനരികിൽ ഇരിക്കുകയായിരുന്ന മൂന്നുനാലു പേർ കൂടി തലതിരിച്ച് ബേക്കറിക്കു മുന്നിലെ തലേക്കെട്ടുകാരനെ പിന്തുണയ്ക്കുകയും ഒരുവേള തലേക്കെട്ടുകാരൻ ചർച്ചയിൽ പരാജയപ്പെട്ടാൽ തങ്ങൾ നാലുപേരുംകൂടി ആ ഭാഗത്തേക്ക് കടന്നുവരാൻ റെഡിയാണെന്ന് തോന്നിപ്പിക്കുന്ന അംഗവിക്ഷേപങ്ങൾ വിതറുകയും ചെയ്യുന്നുണ്ടായിരുന്നു.

വൈകിട്ടോടെ മകൻ വീഡിയോ കോളിൽ വന്നു. മരുന്നും ഭക്ഷണവും മാത്രമല്ല ഒരാളിനു വേണ്ടതെന്നും അതിനപ്പുറത്തുള്ള സൗഖ്യങ്ങൾ അനവധിയാണെന്നും അക്കാര്യങ്ങൾ തിരിച്ചറിയാൻ മകൻ പ്രായമുള്ള പിതാവായി തീരേണ്ടിവരുന്നതുവരെ കാത്തിരിക്കേണ്ടതുണ്ടെന്നും അന്ന് കണക്കു ചോദിക്കാൻ താൻ ജീവിച്ചിരിപ്പുണ്ടാവില്ലെന്നും ജോസഫ് ഓർമ്മിപ്പിച്ചു. നീ സർവ്വലോകവും നേടിയാലും ആത്മാവിനെ നേടിയില്ലെങ്കിൽ എന്തുകാര്യം എന്നു കേട്ടിട്ടുണ്ടല്ലോ എന്നും ജോസഫ് ചോദിക്കുന്നുണ്ടായിരുന്നു.

വാർദ്ധക്യം സ്വാർത്ഥന്മാരെ സൃഷ്ടിക്കുന്നുവെന്നായിരുന്നു മകന്റെ മറുപടി. പ്രായാധിക്യവും അവശതയും സ്വന്തം ശരീരത്തിൽ മാത്രം കൂടുവയ്ക്കാൻ ഓരോരുത്തരെയും പ്രേരിപ്പിക്കുന്നു. ജോസഫിനും അങ്ങനെയുള്ള തകരാർ ആണു സംഭവിച്ചിരിക്കുന്നതെന്നും അമ്മ ഇത്രത്തോളം സ്വാർത്ഥത പ്രകടിപ്പിക്കാറില്ലെന്നും വീട് വിട്ട് ഫ്ളാറ്റിൽ കൊണ്ടുവന്ന് താമസിപ്പിക്കുന്നതിൽ അമ്മ അതീവ സന്തുഷ്ടയാണെന്നും ജോസഫിന്റെ ശിഷ്ടകാലം സുരക്ഷിതമാകുന്നതിൽ അമ്മ കൃതാർത്ഥയാണെന്നും മകൻ പറഞ്ഞു.

മാത്രമല്ല കുറെവർഷം കഴിയുമ്പോൾ ആ വീടും പറമ്പും സംബന്ധിച്ച് ചില കണക്കുകൂട്ടലുകൾ ഉണ്ടെന്നും ആ കണക്കുകൂട്ടലുകൾ

അതേവഴിക്കുതന്നെ നീങ്ങിയാൽ പറഞ്ഞറിയിക്കാനാകാത്ത ലാഭം ഉണ്ടായിക്കൊണ്ടിരിക്കുമെന്നും അതിനായുള്ള ആലോചനകൾ നടക്കുന്നുണ്ടെന്നും മകൻ അറിയിച്ചു. എല്ലാ ആലോചനകളുടെയും ഉദ്ദേശ്യം ജോസഫിന്റെ ഭാവിജീവിതം സംബന്ധിച്ച സുരക്ഷമാത്രമാണെന്നും അക്കാര്യത്തിൽ വിട്ടുവീഴ്ചയ്ക്ക് താനോ ഭാര്യയോ തയ്യാറാകുകയില്ലെന്നും മകൻ തറപ്പിച്ചു പറഞ്ഞു.

ആഴ്ചയിൽ ഒന്ന്, ചിലപ്പോൾ രണ്ട് എന്ന കണക്കിൽ മകൻ വീഡിയോ കോളിൽ വന്നു. അവിടെ തണുപ്പു തുടങ്ങി. മഞ്ഞ് വീഴ്ച കാരണം ജോലി കൂടുതലാണെന്നവൻ പറഞ്ഞു.

''എങ്ങനൊണ്ട് പപ്പാ?''

''ഓ, കൊഴപ്പമില്ല.''

''കൊഴപ്പമില്ല എന്നത് പ്രോപ്പർ റിപ്ലൈ അല്ല.''

മകൻ തമാശ പറഞ്ഞു.

''എന്നാൽ കൊഴപ്പമുണ്ട്.''

ജോസഫ് ഗൗരവം പൂണ്ടു.

''അതെന്തുവാ?''

''ഈ ഫ്ളാറ്റിൽ കൊണ്ടുവന്ന് പൂട്ടിയിട്ടതിൽ.''

''പപ്പ അങ്ങനെ പറയുവാന്ന് വച്ചാൽ... ഒറ്റയ്ക്കൊരു വലിയ വീട്ടിൽ കഴിയുവാന്നു പറഞ്ഞാൽ.''

''അപ്പോ, വലിയ വീടുവച്ചതാന്നോ എന്റെ തെറ്റ്?''

''ആരുമില്ലാതെ ഒരു വീട് നോക്കാൻ പപ്പയ്ക്ക് പറ്റുമാരുന്നോ?''

''ഇപ്പം എന്നെ നോക്കാൻ ഒരാളുവേണം. വീടുനോക്കാൻ ഞാൻ മതിയാരുന്നു.''

പിതാവ് കാര്യങ്ങളെ ലഘൂകരിക്കുകയാണെന്ന് ബോധ്യപ്പെടുത്താൻ മകൻ ശ്രമിക്കുന്നുണ്ടായിരുന്നു. ഇന്നല്ലെങ്കിൽ നാളെ ആ പഴയ വീട്ടിൽ നിന്നും മാറേണ്ടിവരുമായിരുന്നുവെന്നും ആ മാറ്റം ആർക്കും വിഷമമുണ്ടാക്കത്തെവിധം കുറെക്കൂടി നേരത്തെ ആക്കുക മാത്രമാണു താൻ ചെയ്തതെന്നും മകൻ ഓർമ്മിപ്പിക്കുകയും ഫ്ളാറ്റിൽ പിതാവിന് ഏതു കാര്യത്തിലാണു ബുദ്ധിമുട്ടനുഭവപ്പെടുന്നതെന്ന് ചോദിക്കുകയും ചെയ്തു.

മനുഷ്യൻ അപ്പംകൊണ്ടു മാത്രമല്ല ജീവിക്കുന്നതെന്ന് സണ്ടേസ്കൂളിൽ പഠിച്ചിട്ടില്ലേയെന്ന് ജോസഫ് മകനോട് അറിയിക്കുകയുണ്ടായി. അപ്പമില്ലാതെ ഭൂമിയിൽ ജീവിക്കുന്നതെങ്ങനെയെന്ന് മനസ്സിലായിട്ടില്ലെന്നും വിശുദ്ധ ഗ്രന്ഥങ്ങളിൽ പറയുന്നതു കേട്ടിരുന്നാൽ

ജീവിതത്തിൽ മഹാദുരന്തങ്ങൾ സംഭവിക്കുമെന്നും മകൻ മുന്നറിയിപ്പ് നല്കി. ഉദാഹരണത്തിന് വിശ്വാസം രക്ഷിക്കും എന്ന് പലവട്ടം പറയുന്നുണ്ടല്ലോ അങ്ങനെ വിശ്വസിച്ചിരുന്നാൽ ഒരുവന്റെ ഗതിയെന്തായി തീരും എന്ന് ചിന്തിക്കാവുന്നതല്ലേ ഉള്ളൂ. ആപ്തവാക്യങ്ങൾകൊണ്ട് വയറു നിറയുകയില്ലെന്നും അധ്വാനിക്കുന്നവർക്കേ ആത്മാഭിമാനം ഉണ്ടാകുകയുള്ളൂവെന്നും പിതാവ് തന്നെയാണല്ലോ തന്നെ പഠിപ്പിച്ചിട്ടുള്ളതെന്നും മകൻ പറഞ്ഞു. മകൻ പറഞ്ഞതെല്ലാം ഒരുവിധത്തിൽ സത്യമാണെന്നും ഇവിടുത്തെ പ്രധാന പ്രശ്നം ഏകപക്ഷീയമായി മകനും ഭാര്യയുംകൂടി എടുത്ത തീരുമാനമാണെന്നും അതിന് തന്റെ ഭാര്യയും കൂടി പിന്തുണച്ചത് തന്നെ വല്ലാതെ വേദനിപ്പിക്കുകയാണെന്നും കുടുംബവീട്ടിലായിരുന്നുവെങ്കിൽ തനിക്കൊരു വീൽചെയറിന്റെ ആവശ്യം ഉണ്ടാകുമായിരുന്നില്ലെന്നും ജോസഫ് പറഞ്ഞു. ഇപ്പോഴാകട്ടെ വീൽചെയറിൽ നിന്നും മാറിയിരിക്കുവാൻ കഴിയുന്നില്ല, ഹോംനഴ്സ് ഇല്ലാതെ വന്നാൽ എന്തു സംഭവിക്കുമെന്ന് പറയുവാനും കഴിയുന്നില്ല. പരാശ്രയശീലക്കാരനായി തീരുകയാണ്. ഇങ്ങനെ ഒരു ജീവിതമായിരുന്നില്ല താൻ ആഗ്രഹിച്ചിട്ടുള്ളതെന്നും ഒരു മുറിക്കുള്ളിൽ വീൽചെയറിൽ തിന്നും കുടിച്ചും ജീവിക്കുന്നതിനെക്കാൾ പുറത്തേക്കു ചാടി ആത്മഹത്യ ചെയ്യുന്നതാണുത്തമം എന്നും ജോസഫ് പറഞ്ഞു.

മകൻ കട്ടാക്കുന്നതിനുമുൻപ് ഭാര്യ വന്നു പിടിച്ചു.

"എന്താ മനുഷ്യാ ചെറുക്കനോട് കൊരക്കുന്നേ?"

ജോസഫ് വ്യക്തമായി കേട്ടില്ല. എങ്കിലും ശ്രദ്ധിച്ചു. ഭാര്യ കൂടുതൽ എന്തോ പറയുകയാണെന്ന് അയാൾക്ക് തോന്നിയിരുന്നു.

"വീൽചെയറേൽ ആയാലും അഹങ്കാരം തീരത്തില്ല."

"ആയതല്ല, ആക്കിയതാ, നീയൊക്കെ..."

"പ്രായത്തെ ഉൾക്കൊള്ളാൻ കൂടി പഠിക്കണം അല്ലേൽ ഇങ്ങനൊക്കെ പറ്റും."

"നീ പണ്ടേ ഇങ്ങനാണല്ലോ. കമിഴ്ന്നു വീണാൽ കാൽപ്പണം. എന്നെക്കൊണ്ടൊന്നും പറേപ്പിക്കണ്ട."

ജോസഫും വിട്ടുകൊടുത്തില്ല.

അഹങ്കാരത്തിന് കൈയും കാലും കിളിർത്തതാണ് ഭാര്യയെന്ന് ജോസഫ് കുറ്റപ്പെടുത്തി. സ്വന്തം വീട്ടുകാരുടെ മഹിമ പറഞ്ഞ് സമയം പോക്കുന്ന പ്രകൃതമായിരുന്നു ഭാര്യയ്ക്കെന്നും അടുത്തില്ലാത്തതുകൊണ്ട് അതു കേൾക്കേണ്ടിവരുന്നില്ലെന്നും അതുകൊണ്ടുതന്നെ അക്കാര്യത്തിൽ ആശ്വാസം തോന്നുന്നുണ്ടെന്നും ജോസഫ് പറഞ്ഞു.

കുവൈത്തിൽ കിടന്നു കഷ്ടപ്പെട്ടുണ്ടാക്കിയതു മുഴുവൻ കുടുംബത്തിനു വേണ്ടിയായിരുന്നു. പണം തീരാൻ തുടങ്ങിയപ്പോൾ ഭാര്യയും വീട്ടുകാരും ശരിക്കുള്ള ഗുണം കാണിക്കുവാൻ തുടങ്ങിയെന്നും കുറ്റപ്പെടുത്തി. എത്രയോ കാലമായി ക്ഷമിക്കുകയാണെന്നും പരാതിക്കാരിയായി മാത്രമേ ഭാര്യയെ താൻ കണ്ടിട്ടുള്ളുവെന്നും വീടിനെ നരകമാക്കു ന്നതിൽ ഭാര്യയ്ക്ക് വലിയ പങ്കുണ്ടെന്നും ജോസഫ് അനുസ്മരിച്ചു. ഏതായാലും അമേരിക്കയിലേക്ക് മകൻ കൂട്ടിക്കൊണ്ടുപോയതു കൊണ്ട് നാടും കുടുംബവും രക്ഷപ്പെട്ടുവെന്നായിരുന്നു ജോസഫിന്റെ ആക്ഷേപം. സാഹചര്യങ്ങൾക്കനുസരിച്ച് ജീവിക്കാൻ പഠിക്കാതെ ചുറ്റുമുള്ളവരെ ബുദ്ധിമുട്ടിക്കുന്നതെന്തിനാണെന്നായിരുന്നു ഭാര്യ യുടെ ജോസഫിനോടുള്ള ചോദ്യം. എല്ലാ മനുഷ്യർക്കും ഓരോരോ ഉത്തരവാദിത്വങ്ങളുണ്ട്. അതു മറന്നു പോകരുതെന്നും ജോസഫ് ഒരു ദുർവാശിക്കാരനാണെന്നും ഭാര്യ പറഞ്ഞു. ചില പഴഞ്ചൻ ശീല ങ്ങളൊക്കെയുണ്ട്, അവയെല്ലാം ശരിയെന്നാണു വിചാരം. അത്തരം വിചാരങ്ങളാണ് കുടുംബത്തിൽ സ്വസ്ഥത ഇല്ലാതാക്കുന്നതെന്നും ഇനിയെങ്കിലും കുറ്റപ്പെടുത്തൽ അവസാനിപ്പിച്ച് സ്വസ്ഥമായി ജീവി ക്കാൻ പരിശ്രമിക്കൂവെന്നും ഭാര്യ ഓർമ്മപ്പെടുത്തി. ശബ്ദമുയർത്തി ഇത്രയും പറയാൻ കഴിഞ്ഞതോർത്ത് ജോസഫ് വീൽചെയറിൽ ചാരിക്കിടന്ന് ആഹ്ലാദിച്ചു.

ആഹ്ലാദം അധികരിച്ചില്ല. വീൽചെയർ പരുങ്ങിക്കളിച്ചു; യാത്ര ക്കാരൻ ഒന്നു പരുങ്ങിയതുകൊണ്ടായിരിക്കാം. ഏഴുവട്ടം ഛർദ്ദിച്ചു വച്ചത്. വിളിയും പറച്ചിലുമുണ്ടായില്ല. ഏഴ് എഴുപതുവട്ടം ക്ഷമിക്ക ണമെന്ന് എസ്തെറും പഠിച്ചിട്ടുണ്ടാകും. സ്വയം ബർമൂഡയിൽ മൂത്രം ഇറ്റി.

ജനിക്കേണ്ടിയിരുന്നില്ല. ജനിക്കുന്നവൻ മൂത്രിക്കും. മരിക്കും മുൻപ് ഒരുത്തൻ മൂത്രമൊഴിക്കുന്നതിന്റെ കണക്കെടുത്താൽ കുറിച്ചു വയ്ക്കാൻ എത്ര കണക്കു പുസ്തകങ്ങൾ വേണ്ടതായി വരും? എസ്തെറിന്, കണക്കറിയാമായിരിക്കും. കണക്കുകൂട്ടലുകൾ തെറ്റി ക്കൊണ്ടിരുന്നു. ബർമൂഡ പിടിതരാത്ത രഹസ്യങ്ങളുടെ ഇറ്റുവീഴ ലിനെ പിന്താങ്ങുന്നുണ്ടായിരുന്നു. കട്ടപിടിച്ച ഛർദ്ദിൽ, കടുംപിടിത്ത മില്ലാത്ത മൂത്രം. ഭയം മൂത്രസ്രോതസ്സായിതീരുന്നു. ഇവിടെ ഭയക്കാ നൊന്നുമില്ലെന്ന് ജോസഫിനറിയാമായിരുന്നുവെങ്കിലും വീഡിയോ കോളിൽ കാണുന്ന മകനും തന്റെ ഭാര്യയും ഒന്നിടവിട്ട ദിവസങ്ങളിൽ ഭയപ്പെടുത്തുവാൻ തന്നെയാണു വന്നുകൊണ്ടിരിക്കുന്നതെന്ന് ജോസ ഫിന് തോന്നി.

എസ്തെർ കുനിഞ്ഞുനിവർന്നു. മാസ്ക് വച്ചിട്ടുണ്ടായിരുന്ന തിനാൽ മുഖം വ്യക്തമായിരുന്നില്ല. സഹനമാണ് ശക്തിയെന്ന്

എസ്തെർ ഓർമ്മിപ്പിക്കുകയാണെന്നും ശക്തി കുറഞ്ഞവർക്ക് അത് ശീലിക്കാനുള്ള അവസരം കിട്ടുന്നത് ഇതേവിധത്തിലായിരിക്കുമെന്നും ജോസഫ് വിചാരിച്ചു.

ജനിക്കേണ്ടിയിരുന്നില്ലെന്നു മാത്രമല്ല വളരേണ്ടിയിരുന്നില്ല, ഉയരേണ്ടിയിരുന്നില്ല. സമ്പാദിക്കേണ്ടിയിരുന്നില്ല, ഒന്നും ആകേണ്ടിയിരുന്നില്ല, നിവർന്നു നില്ക്കേണ്ടിയിരുന്നില്ല, എല്ലാം ഭദ്രമായപ്പോൾ എസ്തെർ ബാൽക്കണിയിലേക്ക് വീൽചെയർ തള്ളിക്കൊടുത്തു, വീൽചെയർ വിലാപഗാനം മുഴക്കി. ബാൽക്കണിയുടെ തൊട്ടടുത്ത് വന്ന് എസ്തെർ പിൻവാങ്ങിയത് അതീവധൃതിയിൽ. ബേക്കറിയിലേക്ക് നോക്കാൻ എസ്തെർ ഭയപ്പെടുന്നുണ്ടെന്ന് ജോസഫിന് തോന്നി. ഒരുപക്ഷേ എസ്തെറിന് കേക്ക് ഇഷ്ടമായിരിക്കുകയില്ല; കേക്ക് കഴിക്കുന്നവരെയും.

എട്ട്

പിന്നെയും ഒരുദിവസം എസ്തെർ വന്നില്ല. മുന്നറിയിപ്പില്ലാതെ മുടങ്ങുന്നതിൽ ജോസഫിന് അസ്വസ്ഥത തോന്നി. മുൻപും ഇങ്ങനെ ഉണ്ടായിട്ടുണ്ട്. പക്ഷേ അപ്രതീക്ഷിതമായി സെക്യൂരിറ്റിക്കാരൻ കൃത്യസമയത്ത് ഭക്ഷണം എത്തിക്കയുണ്ടായി. എസ്തെർ ഏർപ്പാടു ചെയ്തിരുന്നതായിട്ടാണ് അയാൾ പറഞ്ഞത്. ഇത്തവണയും അങ്ങനെ ചെയ്തിട്ടുണ്ടാവും. അപ്പോൾ ഒന്നുകിൽ അടുത്ത ദിവസം വരേണ്ടതില്ല എന്ന എസ്തെർ മുൻകൂട്ടി തീരുമാനിച്ചിട്ടുണ്ടായിരിക്കാം. അതുമല്ലെങ്കിൽ അടിയന്തിരമായ ആവശ്യം വന്നതിനെ തുടർന്ന് ഫോണിൽ സെക്യൂരിറ്റിയെ ഏർപ്പാടു ചെയ്തുകാണും. രണ്ടായാലും എസ്തെർ ഇല്ല. ഇല്ലാത്തപ്പോൾ ഒരു കുറവുണ്ട്. ശൂന്യതയോളം എത്തുന്ന കുറവ്.

എല്ലാ കാര്യവും എസ്തെറിനോടു തുറന്നു പറയുമ്പോൾ ഉള്ള് ശാന്തമാകാറുണ്ട്. മനസ്സ് ഒന്നിൽ മാത്രം അപ്പോൾ തത്തിക്കളിക്കും. പതറുകയില്ല. ഏപ്രൺ അഴിച്ചുമാറ്റി രണ്ടു കപ്പു ചായയുമായി വന്നിരുന്ന് എസ്തെർ ഒന്നാന്തരം ശ്രോതാവാകും, തിരിച്ചു പറയുന്നത് ചുരുക്കവും. അന്നാമ്മയെ കുത്തിനോവിക്കുന്ന ഭാഗംവരുമ്പോൾ ഏകപക്ഷീയമായ കുറ്റപ്പെടുത്തൽ സാക്ഷികളില്ലാത്ത കൊലപാതകം പോലെയാണെന്ന് പകുതി തമാശയാക്കിക്കൊണ്ട് അടുത്തതിലേക്ക് നീങ്ങാൻ അവർ പ്രേരിപ്പിച്ചുകൊണ്ടിരിക്കും.

മനുഷ്യർ നിമിത്തങ്ങൾ മാത്രമാണ്, സാഹചര്യങ്ങളാണ് ഓരോന്നും ചെയ്യിക്കുന്നതെന്നും ഒരിക്കൽ എസ്തെർ ഓർമ്മിപ്പിക്കയുണ്ടായി. സാഹചര്യത്തിന്റെ ഇരകളെ വെറുതെ വിട്ടേക്കുക.

'Whoever is happy will make others happy too...' എന്ന് ആൻ ഫ്രാങ്ക് പറഞ്ഞിട്ടുള്ളത് എസ്തെർ ആവർത്തിച്ചപ്പോൾ തികഞ്ഞ ബോധ്യത്തോടെ ആൻ ഫ്രാങ്കിന്റെ കഥ അവർ പറഞ്ഞു കേൾപ്പിക്കുകയും ചെയ്തു. എസ്തെറിന്റെ ഓർമ്മശക്തിയെക്കുറിച്ചുള്ള അഭിനന്ദനങ്ങൾ ജോസഫ് ഒരു മടിയും കൂടാതെ അറിയിക്കുകയും അതു കേട്ട് എസ്തെർ ചിരിച്ചെന്നു വരുത്തുകയും ചെയ്തു. എത്ര അറിഞ്ഞിട്ടും

കുറച്ചുകൂടി ബാക്കിയുണ്ട് എന്നു തോന്നിപ്പിക്കുന്ന പ്രകൃതമാണ് എസ്തെറിന്റേത് എന്ന് ജോസഫിനു തോന്നാറുണ്ട്. അത്തരം തോന്നലുകൾ എസ്തെർ മുൻകൂട്ടി തിരിച്ചറിയുന്നുമുണ്ടാകും. എസ്തെർ പുറത്തേക്കുവരാത്ത കൗതുകങ്ങളാൽ ആലേഖനം ചെയ്യപ്പെട്ടിരിക്കുന്നു. കുടുംബം, മക്കൾ, ഭർത്താവ് എന്നിവ സംബന്ധിച്ച ചോദ്യങ്ങൾക്ക് ഒരാൾ പരമ്പരാഗതമായി പ്രതീക്ഷിക്കുന്ന മറുപടി ആകുകയില്ല എസ്തെറിൽ നിന്നും ഉണ്ടാകുക. ഒരിക്കലും വെളിപ്പെടുത്താത്ത മറുപടിയാണ് എസ്തെർ.

വാതിലിൽ മുട്ടിയത് സെക്യൂരിറ്റിയാകും എന്നേ ഉദ്ദേശിച്ചുള്ളൂ. ആ വിധമായിരുന്നു തട്ട്. ആദ്യം രണ്ടു തവണ; പിന്നെ ഒന്നുംകൂടി. വീൽചെയർ സ്റ്റാർട്ടായി കതകിനു മുന്നിൽ ബ്രേക്കിട്ടു.

കതക് തുറന്നപ്പോൾ രണ്ട് നമസ്കാരം. അവർ പരിചയപ്പെടുത്താൻ തുടങ്ങിയപ്പോൾ ജോസഫ് തന്റെ പരിചയം അങ്ങോട്ട് കേൾപ്പിച്ചു. മുൻപും വന്നിരുന്നല്ലോ. കഴിഞ്ഞവട്ടം മൂന്നുപേരായിരുന്നു.

ഉദ്യോഗസ്ഥർ വിശേഷങ്ങളിലേക്ക് കടന്നു. ജോസഫ് എല്ലാ കാര്യങ്ങളും വിശദീകരിക്കയുണ്ടായി. അവർക്കും അത്രയേ വേണ്ടൂ. ജോസഫ് പേരു ചോദിച്ചപ്പോൾ അവർ അതിവേഗം അതും പറഞ്ഞു. ഹോം നഴ്സിന്റെ വിവരങ്ങളും അവർ പ്രത്യേകമായി ചോദിച്ചു. ഉദ്യോഗസ്ഥർ അധികം ഇരുന്നില്ല. ഹോംനഴ്സിന്റെ മുറിയോളം പോയി ഒന്നു പാളി നോക്കി ഒരാൾ.

ഇന്ന് ആൾ വന്നിട്ടില്ല എന്നു ജോസഫ് അറിയിച്ചപ്പോൾ എന്തുകൊണ്ടെന്നായി മറുചോദ്യം. അറിയില്ലെന്ന് ജോസഫിന്റെ മറുപടി. എങ്കിൽ വിളിച്ചുചോദിച്ചുകൂടേ എന്നായി ഉദ്യോഗസ്ഥർ. ഫോൺ നമ്പർ തന്നിട്ടില്ലെന്ന വിവരം ആഗതർക്ക് അവിശ്വസനീയമായി തോന്നി. അതത്ര നല്ല കാര്യമാണെന്നു തോന്നുന്നില്ലെന്നായിരുന്നു അവരുടെ പ്രതികരണം.

ഓരോരുത്തരും പ്രത്യേക സ്വഭാവക്കാരല്ലേ. ചിലർക്കെന്തേലുമൊക്കെ രഹസ്യം കാണുമായിരിക്കുമെന്നായി ഒരാൾ. അത്തരത്തിൽ എന്തെങ്കിലും രഹസ്യമുള്ളതായി തനിക്ക് തോന്നിയിട്ടില്ലെന്ന് ജോസഫും പറഞ്ഞു. പലരും കാണുന്നതുപോലെയല്ലെന്നായിരുന്നു അതിനുള്ള ആഗതരുടെ ചിരിച്ചുകൊണ്ടുള്ള പ്രതികരണം. ഉദ്യോഗസ്ഥർ നല്ല വകതിരിവുള്ളവരും തമാശക്കാരുമായിട്ടാണ് ജോസഫിനു തോന്നിയത്. രണ്ടാളും കറുത്ത ഷൂ ധരിച്ചിരുന്നു. ഹാഫ് സ്ലീവ് ഷർട്ടും കട്ടിമീശയും. അച്ചടക്കത്തോടെ ജോലി ചെയ്യുന്നുവരെന്ന് ആരു കണ്ടാലും പറയും. ആരുമില്ലാത്തതുകൊണ്ട് കുടിക്കാൻ തരാൻ നിർവ്വാഹമില്ലെന്ന ജോസഫിന്റെ ക്ഷമാപണത്തോട്, അങ്ങനെയൊന്നും വിചാരിക്കരുതെന്നും തങ്ങൾ ജോലിയുടെ ഭാഗമായി വന്നതാണെന്നും ജോസഫിന്റെ സ്ഥിതിയും മറ്റും നഗരസഭയിലേക്ക് റിപ്പോർട്ടായി

സമർപ്പിക്കേണ്ടതുണ്ടെന്നും അവർ അറിയിച്ചു. മാത്രവുമല്ല, കുറച്ചു മുൻപ് താഴെ ബേക്കറിയിൽ നിന്നും കടുപ്പത്തിലുള്ള കാപ്പി കുടിച്ചി റങ്ങിയതേ ഉള്ളൂവെന്നും പറഞ്ഞു. ഹോംനഴ്സ് നിയോഗിക്കപ്പെട്ട വഴി ഒരിക്കൽക്കൂടി ഉദ്യോഗസ്ഥർ ചോദിച്ചറിഞ്ഞു. കൺസൾട്ടിംഗ് ഏജൻസിയുടെ വിശദാംശങ്ങൾ മകനുമാത്രമേ അറിയുകയുള്ളൂവെ ന്നറിയിച്ചപ്പോൾ അതു സാരമില്ലെന്നായി സന്ദർശകർ.

ഉദ്യോഗസ്ഥർ പോകാൻ തിരക്കുകൂട്ടുന്നുണ്ടെയിരുന്നുവെങ്കിലും ജോസഫിന് അവർ പെട്ടെന്ന് പോകണമെന്നില്ലായിരുന്നു. മിണ്ടാനും പറയാനും വിവരമുള്ള രണ്ടാളുകളെ കിട്ടിയ സന്തോഷം ജോസഫ് അനുഭവിച്ചു. ഹോംനഴ്സ് ഒഴിവുസമയങ്ങളിലൊക്കെ എന്തായിരിക്കും ചെയ്യുക എന്ന അന്വേഷണത്തിന് വായന എന്നു ജോസഫ് മറുപടി നല്കുകയും എങ്കിൽ എന്തൊക്കെ എന്നവർ രണ്ടാളും ഒരേവിധം ശബ്ദമുയർത്തിയതും ഒരുമിച്ചായിരുന്നു.

റോസ ലക്സംബർഗിന്റെയും ആൻ ഫ്രാങ്കിന്റെയും പുസ്തകങ്ങൾ താനും വായിച്ചെന്ന ആഹ്ലാദം ജോസഫ് പങ്കുവച്ചു. 'അജിതയുടെ ഓർമ്മക്കുറിപ്പുകളാണ്' ഇപ്പോൾ വായിച്ചുകൊണ്ടിരിക്കുന്നതെന്നും തീരാറായിട്ടുണ്ടെന്നും ജോസഫ് അറിയിച്ചു. പുസ്തകങ്ങൾ വെറുതെ യെന്നവണ്ണം ഉദ്യോഗസ്ഥർ ഒന്നു മറിച്ചുനോക്കി. അവർക്കും ഇഷ്ടപ്പെട്ട പുസ്തകങ്ങളാണവ. അറിവാണ് ആയുധമെന്ന് ഹോംനഴ്സ് പറയാ റുള്ളത് ജോസഫ് പെട്ടെന്നോർത്തു. ഈ ഉദ്യോഗസ്ഥരും അതേ ജനുസ്സിൽപ്പെടുന്നവർ തന്നെ. അറിവിനോടുള്ള അഭിനിവേശം ഒരു വല്ലാത്ത പ്രകൃതം തന്നെ. വായനാസംസ്ക്കാരത്തിലായിരുന്നില്ല താൻ ജീവിച്ചുപോന്നിട്ടുള്ളതെന്ന് ജോസഫ് ഓർത്തു. മനോരമ ഇയർബുക്ക് മാത്രമേ വീട്ടിൽ ചെറുപ്പത്തിൽ പുസ്തകമായി കണ്ടിട്ടുള്ളൂ; വേദ പുസ്തകങ്ങളും അതിന്റെ വിവിധ വ്യാഖ്യാനങ്ങളും വേണ്ടുവോളം ഉണ്ടായിരുന്നു. ഉദ്യോഗസ്ഥർ യാത്ര പറയുമ്പോൾ വീണ്ടും കാണാം എന്നും അറിയിക്കയുണ്ടായി. വീണ്ടും കാണാമെന്ന് ജോസഫും പ്രത്യാശ പറഞ്ഞു. എസ്തെർ ഉണ്ടായിരുന്നുവെങ്കിൽ നാലാൾക്കും കൂടി കുറെ ഏറെനേരം സംസാരിച്ചിരിക്കാമായിരുന്നുവെന്ന് ജോസഫ് ഓർത്തു. സംസാരിക്കാനും ചർച്ച ചെയ്യാനും പൊതുവിഷയങ്ങൾ ധാരാളമായി ഉണ്ടായിരുന്നുവല്ലോ.

ഉദ്യോഗസ്ഥർ ഇറങ്ങിയതും വീഡിയോകോൾ എത്തി. സന്ദർശ കരെപ്പറ്റി കേട്ടപ്പോൾ മകനത് ഇഷ്ടമായില്ല. വല്ലതും ആവശ്യപ്പെടാ നായിരുന്നുവോ എന്നായി മകന്റെ ഭാര്യയുടെ ഉത്കണ്ഠ. ഇപ്പോൾതന്നെ ഹോംനഴ്സിന് ലോകത്തില്ലാത്തത്ര ശമ്പളമാണ് ഇനി അതിനൊപ്പം പുതിയ വല്ല ചാർജ്ജും കൂടി ആവശ്യപ്പെടാനായിരുന്നുവോ എന്നാ യിരുന്നു മകന്റെ ഭാര്യയ്ക്ക് അറിയേണ്ടിയിരുന്നത്. നാട്ടിലുള്ള എല്ലാ വരെയും ഇത്രമാത്രം സംശയിക്കേണ്ട കാര്യമൊന്നുമില്ലെന്ന് ജോസഫ്

പറഞ്ഞു. കാണുന്നവരെല്ലാം കള്ളന്മാരല്ല. ഇവരാകട്ടെ ഉടുപ്പിലും നടപ്പിലും തികഞ്ഞ മാന്യതയുള്ളവർ. ഒരു ചായ പോലും ആവശ്യമില്ലാത്തവർ. നാട്ടിലെ പലർക്കും പണത്തിന്റെ വിലയെക്കുറിച്ച് ധാരണയില്ലെന്നും നാട്ടിൽ പണം ഉണ്ടാക്കുന്നിനെക്കാൾ ക്ലേശകരമാണ് അമേരിക്കയിൽ സമ്പാദിക്കുക എന്നും മകനും മകളും അറിയിക്കയുണ്ടായി.

എസ്തെർ ഇതിനോടകം രണ്ടുദിവസം മുടങ്ങിയകാര്യം അറിഞ്ഞപ്പോൾ മാറ്റി, മറ്റൊരാളെ ഏർപ്പെടുത്താമെന്ന് മകന്റെ ഭാര്യ അറിയിച്ചു. ജോസഫ് അതിനോടു യോജിച്ചില്ല. ഇനിയും മറ്റൊരാൾ വന്ന് കൃത്യതയോടെ പൊരുത്തപ്പെടാൻ ഏറെ സമയമെടുക്കുമെന്നും നിലവിലുള്ള ആളിനെ മാറ്റേണ്ടതില്ലെന്നും വരാതിരുന്ന ദിവസങ്ങളിൽ പോലും ഭക്ഷണം മുടങ്ങാതിരിക്കാനുള്ള ഉത്തരവാദിത്വം അവർ നിർവ്വഹിച്ചിട്ടുണ്ടെന്നും ജോസഫ് എടുത്തുപറഞ്ഞു. ആരും ഒരിടത്തും സ്ഥിരമായി നില്ക്കുമെന്നു കരുതേണ്ടതില്ലെന്നും ഏതെങ്കിലും ഒരു വ്യക്തിയെ കേന്ദ്രീകരിച്ചല്ല പുതിയ കാലത്തെ ബന്ധങ്ങൾ നിലനിൽക്കുന്നതെന്നും കൂടുതൽ ഓഫർ ലഭിച്ചാൽ എത്ര ആത്മാർത്ഥമായി നാം കരുതുന്നവരും ഒരു നിമിഷംകൊണ്ട് തീരുമാനം മാറ്റുമെന്നും മകന്റെ ഭാര്യ ഓർമ്മിപ്പിച്ചു.

ശാശ്വതമായ ഒരു സൗഹാർദ്ദം ആരിൽനിന്നും പ്രതീക്ഷിക്കരുതെന്നു തന്നെയാണ് തന്റെ നിലപാടെന്നും ഇതേവരെയുള്ള അനുഭവങ്ങൾ അതാണു പഠിപ്പിച്ചിട്ടുള്ളതെന്നും മകൻ പറഞ്ഞപ്പോൾ എന്നെക്കാൾ നിനക്ക് ഇത്രമാത്രം അനുഭവങ്ങൾ എങ്ങനെ ഉണ്ടായി എന്ന് ജോസഫ് അത്ഭുതം പ്രകടിപ്പിക്കുകയും, മറ്റുള്ളവരെ അളക്കുംമുൻപ് നാം സ്വയം അളക്കേണ്ടതാകുന്നു എന്ന് ഓർമ്മിപ്പിക്കുകയും ചെയ്തു. അത്തരമൊരു പരാമർശം മകന്റെ ഭാര്യയെ ചൊടിപ്പിക്കുകയും എന്തെങ്കിലും കാര്യമുണ്ടെങ്കിൽ നേരെ വാ മട്ടിൽ പറയണമെന്നാവശ്യപ്പെടുകയും വളഞ്ഞ ബുദ്ധിയല്ല നേർബുദ്ധിയാണ് താൻ പിന്തുടർന്നുകൊണ്ടിരിക്കുന്നതെന്ന് വ്യക്തമാക്കുകയും ചെയ്തു. മകനും ഈ പരാമർശത്തെ മുൻനിർത്തി തലകുലുക്കുന്നത് ജോസഫ് കണ്ടു. അങ്ങനെയെങ്കിൽ വീടും പറമ്പും വില്ക്കാൻ ആലോചിക്കുന്നത് കോശി പറഞ്ഞു വേണമായിരുന്നോ താൻ അറിയേണ്ടിയിരുന്നത് എന്ന ജോസഫിന്റെ ചോദ്യത്തിന് ആരിൽ നിന്നും വ്യക്തമായ മറുപടി ഉണ്ടായില്ല. പകരം പുവർ വീഡിയോ എന്ന് ഉത്സാഹത്തിൽ മകന്റെ ഭാര്യ പറയുകയും കോൾ കട്ടായി പോകുകയും ചെയ്തു.

ജീവിതത്തെ തൊട്ടുമുന്നിൽ നിർത്തിക്കൊണ്ട് കുറച്ചുനേരം ഒരേറ്റുമുട്ടൽ നടത്തിയാൽ മനസ്സിന് ശാന്തത ഉണ്ടായേക്കുമെന്ന് ജോസഫ് വിചാരിച്ചു. വീൽചെയർ നേരെയാക്കി ജോസഫ് സ്വന്തം ഉള്ളിലെ ജോസഫിനെ പുറത്തേക്കു കുടഞ്ഞു. പുറത്തുകടന്ന ജോസഫ് ഭിത്തിയിൽ

ചാരി നിൽക്കുന്നതായി കാണപ്പെട്ടു. ജോസഫിന് പലതും നേരിട്ടു ചോദിക്കാനുണ്ടായിരുന്നു.

– മക്കൾ, ഭാര്യ എന്നിവരെക്കുറിച്ചുള്ള എന്റെ ചിന്തകൾ ശരിയായി വന്നിരിക്കുന്നു; എന്തുപറയുന്നു?

– ആഴത്തിൽ ഇവരെക്കുറിച്ചൊക്കെ ചിന്തിച്ചതാണു കുഴപ്പം; പോകുന്ന വഴിക്കുപോകട്ടെ. ആരെങ്കിലും ആർക്കെങ്കിലും സ്വന്ത മാണോ? സ്വന്തമാണ് എന്ന ബോധ്യമാണു പ്രധാനം. ബാക്കിയൊക്കെ തോന്നൽ, ഊഹം.

– ബന്ധത്തിനൊക്കെ എന്താവില? കുവൈത്തിൽ ഉള്ളപ്പോൾ എന്റെ വില ഇങ്ങനെയായിരുന്നില്ല.

– കുവൈത്ത് കാലത്ത് ജോസഫേ നീ അർമാദിച്ചില്ലേ. ഇന്ത്യൻ റുപ്പിയുമായി താരതമ്യം ചെയ്താൽ നിനക്കന്ന് ഏകദേശം ഒരു ലക്ഷ ത്തിൽ ചില്വാനം ശമ്പളം കാണും.

പെട്രോളിന് നാട്ടിലന്ന് നാലു രൂപ മുപ്പതു പൈസ. ഒരേക്കർ ഭൂമിക്ക് പത്തോ പതിനയ്യായിരമോ കഷ്ടിച്ച്. എന്തായിരുന്നു നിന്റെ പത്രാസ്. വെള്ള അംബാസിഡർ, വെള്ള ഷൂ, കറുത്ത താടി, പാട്ടു കേൾക്കാൻ സ്റ്റീരിയോ, ഒരവധിക്ക് സിനിമ വീട്ടിലിരുന്നു തന്നെ കാണണമെന്ന് നിനക്ക് വാശി. ഇന്നത്തെ കാലമല്ല. എറണാകുളം വരെ ടാക്സി ഓടി. വീഡിയോ കാസറ്റ് അവിടെ നിന്നും സംഘടി പ്പിച്ചുകൊണ്ടുവരികയായിരുന്നു. പിന്നെ കൂടെ നാലും അഞ്ചും സിൽബ ന്തികൾ. ബന്ധുവീടുകളിൽ സന്ദർശനം. കല്യാണത്തിന് വൻതോതിൽ കൈമടക്ക്. മീൻ മേടിക്കാൻ ചന്തയിൽ പോയാൽ ഇഷ്ടമായതിന്റെ വാലേൽ ഒന്നുതൊടും. മോഹവില കണ്ടു വാങ്ങിവരുമായിരുന്നു. ജോസഫേ പഴയതൊക്കെ ഓർമ്മിപ്പിക്കണോടാ.

– ഞാൻ എന്റെ സുഖം മാത്രമല്ലല്ലോ അക്കാലത്ത് നോക്കിയിട്ടുള്ളത്. എനിക്കൊപ്പം ബന്ധുക്കളുടെയും കുടുംബാംഗങ്ങളുടെയും സുഖം നോക്കിയില്ലേ?

– കാര്യം ശരിതന്നെ. നീ എന്തൊക്കെയായിരിക്കും അന്നു വിചാ രിച്ചിട്ടുണ്ടാകുക. എറിയുന്നതെല്ലാം തിരിച്ചുകിട്ടുമെന്നോ, ചിരിക്കുന്ന വരെല്ലാം കരയാൻനേരം കൂടെ കരയുമെന്നോ? അന്നേ ചിന്തിക്കണ മായിരുന്നു. ലോകം ശാശ്വതമല്ലെന്നറിയണമായിരുന്നു.

– ധാരാളിത്തമല്ല അത്. പണം കൂടുമ്പോൾ ആവശ്യങ്ങളും കൂടു മല്ലോ.

– ആവശ്യം നിറവേറ്റിപ്പോയവരൊക്കെ ഇന്ന് എവിടെ? കണ്ടാ ലാരെയെങ്കിലും നിനക്ക് തിരിച്ചറിയുവാൻ കഴിയുമോ? സമയവും പൊന്നും ഒരുപോലെയാണ് പൊന്നേ. രണ്ടും നഷ്ടപ്പെട്ടാൽ തീർന്നു

നഷ്ടപ്പെട്ട സ്വർണ്ണം പിന്നെ വില കൊടുത്തുവാങ്ങാൻ കഴിഞ്ഞേക്കും. എന്നാൽ നഷ്ടമായ സമയം എത്ര സ്വർണ്ണം കൊടുത്താലും തിരികെ കിട്ടുകയില്ലല്ലോ. ഇതൊക്കെ തക്കസമയത്താണ് ചിന്തിക്കേണ്ടത്. വെള്ളം ഒഴുകിപ്പോയശേഷം അണ കെട്ടണോ ജോസഫേ.

– ഞാൻ ഒറ്റപ്പെട്ടത്, ധാരാളിയായതുകൊണ്ടു മാത്രമാണെന്നാണോ നീ പറയുന്നത്?

– എന്നു ഞാൻ പറഞ്ഞിട്ടില്ല; പറയുകയുമില്ല.

– ഇപ്പോൾ നിന്റെ പ്രശ്നം എന്താണു ജോസഫ്?

– ഏകാന്തത; ആരുമില്ലാതായി.

– വിശ്വാസിയാണോ?

– അതേ.

– എന്തുകൊണ്ട്?

– അവിശ്വാസിയാകാനുള്ള ആത്മവിശ്വാസമില്ല.

– ദൈവവിശ്വാസി?

– ഓ...

– എങ്കിൽ ദൈവമാണ് ഏറ്റവും വലിയ ഏകാകി. പ്രപഞ്ചം ഉണ്ടാക്കിക്കഴിഞ്ഞ്, എല്ലാവരേം ഓരോ വഴിക്കു പറഞ്ഞുവിട്ടു കഴിഞ്ഞപ്പോൾ ദൈവം അനുഭവിച്ച ഒറ്റപ്പെടീൽ എത്ര ക്രൂരമായിരുന്നിരിക്കും.

– നീ എന്റെ കാര്യത്തിലേക്കു വരൂ. എന്റെ ഏകാന്തത, അവഗണന..

– എക്കാലവും കുറവൈത്തിലെ തിളപ്പനുഭവിക്കാമെന്നു കരുതിയിരുന്നോ? മക്കളുണ്ടാകുമെന്നു കരുതിയോ? ചിറകിന് കരുത്തുണ്ടാകുമ്പോൾ ഏതു പക്ഷിയും അറിയാതെ പറന്നുപോകും.

– ഇതാകുന്നു ഗതിയെങ്കിൽ എന്തിനു വിതയ്ക്കണം, എന്തിനു സൂക്ഷിക്കണം?

– ജോസഫേ, വിതച്ചത് കൊയ്യും. വിതച്ചതേ കൊയ്യൂ.

വീൽചെയർ ശബ്ദമുണ്ടാക്കിക്കൊണ്ടിരുന്നു. കൂർക്കം വലിക്കുന്നത് ജോസഫ് അറിഞ്ഞതേയില്ല.

ഒമ്പത്

എസ്തെർ ഒരു ദിവസം ഒന്നാന്തരം ഒരു യാത്രാപരിപാടി പ്രഖ്യാപിച്ചു. ജോസഫിന് ജീവിതത്തിലാദ്യമായി താൻ സന്തോഷിക്കുകയാണെന്നു തോന്നി. രാവിലെ പുറപ്പെട്ട് രാത്രിയോടെ തിരികെ എത്തും. ഫ്ളാറ്റിൽ വന്നിട്ട് മൂന്നുമാസം തികയുന്നു. അപ്പോഴാണ് സ്വന്തം വീട്ടിലേക്കൊരു മടക്കയാത്ര. മനസ്സറിഞ്ഞുകൊണ്ട് എസ്തെർ തീരുമാനിക്കുകയായിരുന്നു. തീരുമാനങ്ങൾ നടപ്പിലാക്കാനുള്ളതാണ് വൈകിപ്പിക്കാനുള്ളതല്ലെന്നാണ് എസ്തെറിന്റെ നിലപാട്; എത്രയും പെട്ടെന്ന്. കാര്യങ്ങളൊക്കെ എസ്തെർ നേരിട്ട് നിയന്ത്രിച്ചു. മകനെ അറിയിക്കേണ്ടതില്ലെന്നായിരുന്നു ജോസഫിന്റെ ആഗ്രഹം. എസ്തെറും അതിനോടു യോജിച്ചു. മുൻകൂട്ടി അനുവാദം വാങ്ങാൻ ശ്രമിച്ചാൽ പിന്നെ നൂറുനൂറു ചോദ്യം ഉണ്ടാകും.

‘‘എന്തൊക്കെയാണ് കാണേണ്ടത്?’’

എസ്തെർ ചോദിച്ചു.

‘‘വീടും പറമ്പും പിന്നെ വഴിയരികിൽ പഴയ പരിചയക്കാർ കാണും; ചിലരെ ഒന്നു വിളിക്കണം.’’

‘‘ഇത്രേയുള്ളോ?’’

ഇത്ര മാത്രമല്ല. ബാക്കിയൊക്കെ കാണുമ്പോഴേ പറയാനാകൂ. മനസ്സ് നിറഞ്ഞു. പാടുപെട്ടുണ്ടാക്കിയ വീട്. അധ്വാനിച്ചുണ്ടാക്കിയ പറമ്പ്. കൃഷിയിടത്തിലെ തണുപ്പ്. എന്തെല്ലാം... പറമ്പും ആറുമുറികളുള്ള സമാന്യം വലുപ്പമുള്ള വീടും. പഴയവീടായിരുന്നു. ഇടിച്ചുകളയാതെ ഒതുക്കത്തിൽ നന്നാക്കിയെടുത്തതാണ്. കുവൈത്തിൽ നിന്ന് അവധിക്കു വരുമ്പോഴെല്ലാം വീടുപണിക്കാണ് കൂടുതൽ സമയം ചെലവിട്ടത്. ഓരോരോ പ്ലാനുകളുമായിട്ടാവും വരവ്. വന്നുകഴിയുമ്പോൾ അന്നാമ്മയ്ക്ക് മറ്റൊരു പ്ലാൻ കാണും. ഉടൻ അതും ഏറ്റുവാങ്ങും. പ്ലാനുകളെല്ലാം വിജയിച്ചു. വീടിനു മോടിയോടൊപ്പം വലുപ്പവും കൂടിക്കൊണ്ടിരുന്നു. കൃഷിയിടവും വീടും പരസ്പരം മത്സരിക്കും

പോലെ. നാട്ടുമാവും പ്ലാവും മാത്രമേ ആദ്യം പറമ്പിലുണ്ടായിരുന്നുള്ളൂ. ഒന്നാന്തരം വാഴ ഇനങ്ങൾ കൊണ്ടുവച്ചു. മാങ്കോസ്റ്റിനും റമ്പുട്ടാനും ആത്തയും ചാമ്പയും മൾബെറിയും നട്ടു. നല്ല ഫലം കിട്ടിത്തുടങ്ങി. ആ പ്രദേശത്തെ ഏറ്റവും കൂടുതൽ പഴവർഗ്ഗങ്ങൾ നിറയുന്ന ഇടമായി വീട്ടുപറമ്പ്.

കുവൈത്ത് വിട്ടുവന്ന് ആദ്യ രണ്ടുകൊല്ലം മുഴുവൻ പറമ്പിലായിരുന്നുവെന്ന് പറയാം. നഷ്ടമായ നല്ലകാലം തിരികെ പിടിക്കുന്നതിന്റെ നിർവൃതി; ചുറ്റുമുള്ള കൃഷിക്കാരുമായി അറിയാത്ത തരത്തിൽ സ്നേഹബന്ധവും. മണ്ണും മഴയും മറക്കാനാവുകയില്ലെന്നത് കുവൈത്തിൽ കഴിഞ്ഞപ്പോൾ ബോധ്യമായിരുന്നു. അന്നാമ്മ കളിയാക്കും. ചേറിൽ കിടന്നാലേ ഉറക്കം വരൂ എന്നായി അവൾ. ചേറിന്റെ മണം അന്നാമ്മയ്ക്കറിയത്തില്ലല്ലോ. എന്തുചെയ്യാൻ? എല്ലാം പെട്ടെന്നങ്ങ് തീർന്നു.

അവധിക്ക് മകൻ നാട്ടിലെത്തുംവരെ അന്നാമ്മയെ കൂടെകൊണ്ടുപോകുന്ന കാര്യം അറിയിച്ചിരുന്നില്ല, ആലോചിച്ചിട്ടുമില്ല. എല്ലാം വളരെ പെട്ടെന്ന്. തീരുമാനമായി പറയുകയായിരുന്നു. അതു കേൾക്കുമ്പോൾ മറ്റുള്ളവർക്ക് എന്തു തോന്നുമെന്നൊന്നും മകൻ വിചാരിച്ചതേയില്ലല്ലോ എന്നോർത്തപ്പോൾ ജോസഫിന് വിഷമം തോന്നി. അല്ലെങ്കിലും മറ്റുള്ളവർ നമ്മളെ നേരായവിധം കണ്ടെത്തിക്കൊള്ളും എന്നു കരുതരുത്. മറ്റുള്ളവർക്ക് അവരുടെ പ്രമാണം. നമുക്ക് നമ്മുടേതും.

ഇന്നോവയും ഡ്രൈവറും റെഡി. പോകുകയേ വേണ്ടൂ. എസ്തെർ ഒന്നാന്തരം ഒരു സംഘാടകയാണെന്ന് ജോസഫ് പറഞ്ഞു. നേതൃഗുണവുമുണ്ട്; അധികം പറയില്ല. പ്രവൃത്തിക്കും. ഇത്തരക്കാരാണ് നേതാക്കൾ. അല്ലെങ്കിൽ ഇത്തരക്കാരാവണം നേതാക്കൾ. കോംപ്ലിമെന്റിന് എസ്തെർ നന്ദി പറഞ്ഞു. നഗരം വിടുമ്പോൾ കണ്ട എല്ലാ വഴികളും ഏറെ പരിചിതമാണല്ലോ എന്നു ജോസഫ് വിചാരിച്ചു. റോഡിലെ ബഹളം, മത്സരം, തടഞ്ഞുനിർത്തൽ, കാത്തിരിക്കുന്നവരുടെ മടുപ്പ്, കണ്ടിട്ടില്ലാത്ത വേഷവിധാനങ്ങൾ, യാത്ര, സുഖം, സുഖകരം...

യാത്ര തുടങ്ങിയപ്പോൾ തന്നെ ജോസഫിന് പകുതി ആരോഗ്യം വീണ്ടുകിട്ടിയതായി തോന്നുന്നുണ്ടെന്നായി എസ്തെർ. കൃത്യതയോടെ വീൽചെയർ മടക്കി ഇന്നോവയുടെ സീറ്റ് മറിച്ചിട്ട് സുരക്ഷിതമാക്കി വയ്ക്കുകയാണ് എസ്തെർ ആദ്യം ചെയ്തത്. ഡ്രൈവറും ഒരു കൈ സഹായിച്ചു. എസ്തെറിനു പരിചയമുള്ള ആൾ ആയതുകൊണ്ടാവും കാരുണ്യത്തോടെയായിരുന്നു ഇടപെടീൽ. രണ്ടുപേരും കൂടി അക്ഷരാർത്ഥത്തിൽ എടുത്തുയർത്തുകയുണ്ടായി. ജോസഫ് എടുക്കേണ്ടെന്നു പറഞ്ഞു കൈനീട്ടിക്കൊടുത്തു. പിടിച്ചാൽ മതിയാകും.

യാത്രയ്ക്കിടയിൽ എവിടെ വേണമെങ്കിലും നിർത്താമെന്നായി ഡ്രൈവർ; പറയുകയേ വേണ്ടൂ. നിർത്തിക്കാണേണ്ട ചില ഇടങ്ങളുണ്ട്. വീടിനടുത്തു ചെല്ലുമ്പോൾ മതിയാകും. ഹൈസ്കൂൾ, ഫുട്ബോൾ മൈതാനം, പുഴക്കടവ്... അങ്ങനെ ഓർമ്മകൾക്ക് മരണമില്ലാത്ത ഇടങ്ങൾ. എസ്തെർ പതിവിലുമധികം സംസാരിക്കയുണ്ടായി. ഒരുപക്ഷേ പുറത്തിറങ്ങുമ്പോഴായിരിക്കും എസ്തെർ ഇത്രമാത്രം സംസാരിക്കാൻ തയ്യാറാകുന്നതെന്നു തോന്നി. മുറിക്കുള്ളിൽ മൗനി. ഒരാൾ എങ്ങനെ ജീവിച്ചുവെന്നതല്ല പ്രധാനം, തന്റെ ജീവിതം എങ്ങനെ ഓർത്തെടുക്കുന്നുവെന്നതായിരിക്കും പ്രധാനമെന്ന് എസ്തെർ ഓർമ്മിപ്പിച്ചു. അവരുടെ കറുത്ത മുടിയിഴകൾക്കുള്ളിൽനിന്നും തൂവെള്ള നിറമുള്ള രണ്ട് കമ്മലുകൾ അവർ പറയുന്നതിനെ പിന്തുണച്ചുകൊണ്ട് നിർല്ലോഭമായി തലയാട്ടിക്കൊണ്ടിരുന്നു. ഓരോ തിരിവിലും വെള്ളക്കമ്മലുകൾ തലയാട്ടി മത്സരിച്ചുകൊണ്ടിരിക്കുകയാണെന്ന് ജോസഫിന് തോന്നി. ജോസഫ് കാലുകൾ പരമാവധി നീട്ടിവച്ചുകൊണ്ട് ചാരിക്കിടന്നു. ഓടിമറയുന്ന മരങ്ങൾ നോക്കി അതിശയിച്ച ബാല്യകാലയാത്രകൾ ഓടിയെത്തി. എസ്തെറും ഡ്രൈവറും വലിയ വലിയ വിഷയങ്ങളെക്കുറിച്ചുള്ള ചർച്ചകളിലായിരുന്നു.

കത്തിജ്ജ്വലിക്കുന്ന ആന്തരിക ജീവിതത്തിന്റെ ബാഹ്യവത്ക്കരണമാണ് വിപ്ലവം എന്ന് എസ്തെർ പറഞ്ഞതുകേട്ട് ഒരു ക്ഷണം ഡ്രൈവർ മൗനിയാകുകയും കത്തിജ്വലിക്കാൻ ഒന്നുമല്ലാതായിരിക്കുന്നുവെന്ന് നിരാശ പ്രകടിപ്പിക്കുകയും ചെയ്തു. ഡ്രൈവർ ഒന്നുകൂടി ആലോചിച്ചശേഷം തിളച്ചുമറിയലല്ല, മറിച്ച് ആന്തരിക ജീവിതത്തിന്റെ ബാഹ്യസൂചനകൾ മാത്രമാണ് വിപ്ലവം എന്ന് തിരുത്തിപ്പറയുകയും അതിനു മറുപടിയായി ജീവിതത്തിന്റെ ഗൂഢവും അഗാധവുമായ ഇടങ്ങളിൽ നിന്ന് പ്രത്യാശയുടെ പൂക്കൾ വിടർത്തുന്ന സാഹസികമായ സ്വയം ഇല്ലാതാകലാണ് വിപ്ലവം എന്നു എസ്തെർ പറയുകയും ചെയ്തു.

ജോസഫിന് ഇതൊന്നും മനസ്സിലായില്ലെന്നു മാത്രമല്ല ഇവർ ഇത്രമാത്രം ഓരോരോ ചെറിയ കാര്യങ്ങളും ചർച്ച ചെയ്യുന്നത് എന്തിനെന്നു ചിന്തിക്കുകയും ചെയ്തു. എസ്തെർ ഇടയ്ക്കിടെ പറയുന്നതു മാത്രം കേൾക്കാമായിരുന്നു. ജീവിതം ആരുടെയും ഭിക്ഷയല്ല, ഔദാര്യമല്ല. നേടിയെടുക്കേണ്ടതും വെട്ടിപ്പിടിക്കേണ്ടതുമുണ്ടെങ്കിൽ അതിലെന്തിന് അലംഭാവം കാട്ടണം? എന്തിനുവേണ്ടിയാണീ വെട്ടിപ്പിടുത്തം, ജോസഫ് ഓർത്തു. വെട്ടിപ്പിടിക്കാൻ ഓടിനടന്നവന് അക്കാര്യങ്ങൾ ഓർത്തുനോക്കുവാനുള്ള അവകാശമുണ്ടല്ലോ. ഒരു വളവ് തിരിഞ്ഞപ്പോൾ ചരിത്രത്തെക്കുറിച്ചുള്ള ചർച്ചകൾ കേൾക്കായി. ചരിത്രത്തിൽ നിന്നും നാം പഠിക്കുന്നത് ഒന്നും പഠിക്കുന്നില്ല എന്ന പാഠമാണെന്ന്

എസ്തെർ പറഞ്ഞപ്പോൾ ഡ്രൈവർ മൗനിയായി. അയാൾ എസ്തെറിന്റെ ജീവിതത്തിന്റെ കൗതുക കലശങ്ങൾ തുറക്കാൻ തുടങ്ങിയപ്പോഴേക്കും അവർ വിഷയം മാറ്റി മറ്റൊന്നിലേക്ക് എത്തി.

ജോസഫിന് ചിലത് മനസ്സിലാകുന്നുണ്ടായിരുന്നു. തിരിച്ചടികളുടെ, തിരിച്ചുപിടിക്കാനാകാത്ത നഷ്ടകാലങ്ങളുടെ ആകെത്തുകയാണത്രേ എസ്തെറിന്റെ ജീവിതം. പരാജയങ്ങളുടെ പഴയ കണക്കുകളോട് എസ്തെർ പാരവശ്യപ്പെട്ടു. ജോസഫ് എല്ലാം കേൾക്കുന്നുണ്ടായിരുന്നില്ല. ഇടയ്ക്കൊരു മയക്കം. പിന്നെ നേരിയ ഉണർവ്വ്. തോറ്റുപോയെന്നു നിങ്ങൾ കരുതുന്നവളുടെ ഒരു ചിരിയുണ്ടല്ലോ ആ ചിരി ധാരാളം, ജയിച്ചുവെന്ന അഹങ്കാരത്തിന്റെ മുഖം കറുക്കാൻ... എസ്തെറിന്റെ ശബ്ദം കനത്തു.

വീടെത്താറായെന്ന് ജോസഫിന് തോന്നി.

ചങ്ങലയിൽ താഴിട്ടു പൂട്ടിയ ഗെയ്റ്റിനു മുന്നിൽ ഇന്നോവ കറങ്ങിതിരിഞ്ഞു. പലവട്ടം ഹോൺ മുഴക്കി. ഗെയ്റ്റ് ചാടിക്കടക്കാൻ തുനിഞ്ഞ ഡ്രൈവറെ എസ്തെർ വിലക്കി. അകത്ത് ആൾ സൂചനകളുണ്ടെന്ന് എസ്തെർ പറഞ്ഞു. മുൻവശത്തെ വരിക്കപ്ലാവും പുളിമരവും കാണുന്നില്ല. അതുകൊണ്ടുതന്നെ വീടിന്റെ മുൻവശം ഏറെക്കുറെ വ്യക്തമായിരുന്നു. ഇടവഴിയിലൂടെ പരീക്ഷ കഴിഞ്ഞുപോകുന്ന നാലഞ്ചു കുട്ടികൾ മാസ്ക് താഴ്ത്തി ഇന്നോവ സംഘത്തെ സൂക്ഷിച്ചുനോക്കുന്നുണ്ടായിരുന്നു. ജോസഫിന് അവരെ മനസ്സിലായില്ല. എസ്തെറും ഡ്രൈവറും ഗെയ്റ്റിലടിച്ച് ശബ്ദമുണ്ടാക്കിക്കൊണ്ടിരുന്നു. വെയിൽ വേനൽമഴയ്ക്കായി ഒരുക്കം തുടങ്ങുകയാണെന്ന് ജോസഫിന് തോന്നി. കാറിലിരുന്നുകൊണ്ടുതന്നെ ജോസഫ് കണക്കുകൂട്ടി; എന്തോ സംഭവിച്ചിട്ടുണ്ട്.

കടിച്ചുപിടിച്ച സിഗരറ്റും ഈർഷ്യയുമായി ഗോപി പതുങ്ങിപ്പതുങ്ങി ഗെയിറ്റിൽ വന്നു. ഷർട്ട് ഇട്ടിട്ടില്ല. സ്വർണ്ണമാല, ഒരു കൈയിൽ മൊബൈൽ ഫോൺ. എന്തുവേണമെന്ന് എന്തിനുംപോന്ന അഹങ്കാരം. ഗെയ്റ്റ് തുറക്കാൻ കൂട്ടാക്കുന്നില്ല. വാക്കുതർക്കത്തിന്റെ വക്കിലെത്തിയപ്പോൾ എസ്തെർ വന്ന് ഡോർ തുറന്ന് ജോസഫിനെ കാണിച്ചുകൊടുത്തു. മനസ്സില്ലാമനസ്സോടെ ഗെയ്റ്റ് തുറക്കപ്പെട്ടു. 'പറഞ്ഞിട്ടു വരണ്ടായോ' എന്ന് അസഹ്യതയുടെ മുറുമുറുപ്പ്. കൈലി മാടിക്കുത്തി, തല ചൊറിഞ്ഞുകൊണ്ട് സിഗരറ്റ് കുറ്റി വലിച്ചെറിഞ്ഞു. ഗെയ്റ്റ് കടന്ന ഇന്നോവയ്ക്കു പിന്നാലെ ഗോപി മുടന്തി.

വീൽചെയർ താഴ്ത്തി പുറത്തിറക്കി ജോസഫിനെ ഇരുത്തി. മുറ്റം കാടുപിടിച്ചുവെന്നു മാത്രമല്ല വയ്പും കുടിയും മുറ്റത്തുതന്നെ. പുതിയ അടുപ്പുകല്ലുകൾ. കഴുകാത്ത പാത്രങ്ങൾ, പൈപ്പ് പൊട്ടി ഒഴുകുന്നു. ഒരിടത്ത് തീക്കൊള്ളി പുകയുന്നു. കാവല്ക്കാരന് ഔട്ട്ഹൗസ് തുറന്നു

അകത്തുകിടക്കാം. വീടിന്റെ താക്കോൽ കൈമാറിയിട്ടില്ലെന്ന കണ്ടെത്തൽ നടത്തിയത് ഡ്രൈവറാണ്. കൈലിയും ബനിയനുമൊക്കെ ബൊഗെയ്ൻ വില്ലകൾ ചേർത്തുകെട്ടിയ കയറിൽ തൂങ്ങിയാടുന്നു. വീൽചെയറിൽ മുറ്റത്തുള്ള സവാരി കഠിനമായിരുന്നു. ഇഷ്ടികയും കല്ലും മരക്കുറ്റിയും കാടും പടലും വഴിമുടക്കി. ജോസഫ് ഒന്നും ചോദിച്ചില്ല; ഗോപി എന്തോ പറയാൻ തുടങ്ങി. കണ്ടില്ലെന്നു വച്ചു.

പിടിച്ചു നടത്തിയാൽ തൊടിയിലേക്കിറങ്ങാമെന്നായി ജോസഫ്. ഡ്രൈവറും എസ്തെറും മുന്നിലും പിന്നിലുമായി. ഗോപിയും പിന്നാലെ കൂടി. വൻമരങ്ങൾ മറിഞ്ഞുവീണ ആഘാതത്തിൽ റമ്പുട്ടാനും ചാമ്പയുമൊക്കെ പകുതി ഒടിഞ്ഞു കിടക്കുന്നു. തടി ഉരുട്ടിക്കയറ്റാൻ ലോറിക്കായി വെട്ടിയുണ്ടാക്കിയ താല്ക്കാലിക വഴിക്കരികിൽ ഒഴിഞ്ഞ മദ്യകുപ്പികൾ കൂടിക്കിടക്കുന്നുണ്ടായിരുന്നു. 'പണിക്കാരടെ പണിയാണെന്ന്' ഗോപിയുടെ ഏറ്റുപറച്ചിൽ. ജോസഫ് എസ്തെറിൽ ചാരി നടന്നു. രണ്ടിടത്ത് വീഴാൻ പോയപ്പോൾ ഡ്രൈവർ എടുത്തുയർത്തി. ജോസഫ് പലതും വിളിച്ചുപറഞ്ഞു. വരണ്ട കുന്നിൻപ്രദേശമായിരുന്നു. പുതുമണ്ണിട്ട് പതംവരുത്തി വെള്ളം ഒഴുക്കി കുതിർത്തിട്ടാ കൃഷിപ്പണി തുടങ്ങിയത്. ഒറ്റയ്ക്കാ എല്ലാം ചെയ്തത്. കുറച്ചു ദിവസം ഈ ഗോപിയെ കൂട്ടി. എന്തേലും പണി കിട്ടിയാ മതിയെന്നും പറഞ്ഞ് കട്ടപ്പനേന്ന് നാടുവിട്ടു വന്നവനാ. കൂടെ നിർത്തി സഹായിച്ചു. ചോദിക്കുന്നതിൽ കൂടുതൽ എണ്ണിക്കൊടുത്തു. ഇപ്പം ഇങ്ങോട്ടു കണക്കു ചോദിക്കുന്ന നിലയിലെത്തി. ഇതാ കാലം.

ഗോപിക്ക് മുഖം കൊടുക്കാതെയാണ് ജോസഫ് നടന്നത്. വാഴകൾ കുറ്റിയറ്റു കിടന്നു. കന്നുകാലികൾ കയറിയിറങ്ങി ചവുട്ടിത്തേച്ച ചെടികൾ കണ്ട് ജോസഫ് കുനിഞ്ഞു; തൊടാൻ നോക്കിയപ്പോൾ ചാഞ്ഞു വീഴാൻ പോയി. ഡ്രൈവർ പിടിച്ചു. ആത്തയും നാരകവും വളർന്നുവരാൻ പ്രയാസമാ; ദാ, അവിടെ കണ്ടോ ഇഷ്ടംപോലാരുന്നു... ജോസഫ് ചൂണ്ടിയിടത്ത് കരിയില കൂട്ടിയിട്ട് കത്തിച്ചതിന്റെ ബാക്കി പുകയുന്നുണ്ടായിരുന്നു.

ജോസഫ് നിയന്ത്രണം വിട്ടു.

"എടാ ഗോപീ, കറിവേപ്പും ആത്തയും നിന്നിടത്ത് എന്തുവാ ഇത്? നീ ആന്നോ വെട്ടിയേ?"

ഗോപി എന്തോ പറയാൻ നോക്കി. ജോസഫ് ശ്രദ്ധിച്ചില്ല. പ്ലാവിൻ തടി ലോറിയിൽ കയറ്റാൻ പാകത്തിൽ അട്ടിവച്ചിരുന്നിടം ജോസഫിന്റെ ശ്രദ്ധയിൽ വരാതിരിക്കാൻ എസ്തെർ ശ്രമിച്ചെങ്കിലും അയാൾ കണ്ടുപിടിച്ചു.

"മുഴുവനും വെട്ടി നശിപ്പിച്ചല്ലോടാ ദ്രോഹീ..."

മറ്റുള്ളവർക്കുമുന്നിൽ വച്ചുള്ള ആക്ഷേപം ഗോപിക്കും ഇഷ്ട മായില്ല. അയാൾ തിരികെ നടന്നു. ഒരു മരക്കുറ്റിയിൽ കയറിനിന്ന് സിഗരറ്റ് കത്തിച്ചു. ജോസഫ് രോഷം മുഴുവൻ പ്രകടിപ്പിച്ചുകൊണ്ടി രുന്നു. തടയാൻ ആരും ശ്രമിച്ചില്ല.

''എന്നോടു പറഞ്ഞിട്ടെന്തുവാ? ഇതെല്ലാം അമേരിക്കയിലോട്ടറി യിക്ക്. അവരു പറയാതെ ഇവിടെന്തേലും നടക്കുമോ?''

ഗോപി വിട്ടുകൊടുക്കുകയില്ല. ജോസഫ് ശകാരം തുടർന്നു. വീടിന്റെ താക്കോൽ ചോദിച്ചപ്പോൾ അത് ബാങ്ക് ലോക്കറിലാണെന്ന് ഗോപി യുടെ മറുപടി.

''ഇങ്ങോട്ടുവരുന്ന കാര്യം അവരെ അറിയിച്ചില്ലാരുന്നോ?''

നിയമലംഘനം കണ്ടുപിടിച്ച ആഹ്ലാദത്തിൽ ഗോപി വിളിച്ചു ചോദിച്ചു.

''എന്റെ വീട്ടിൽ കേറാൻ ആരുടേം പെർമിഷൻ വേണ്ടടാ.''

എന്നായി ജോസഫ്.

ഗോപി സിഗരറ്റ് വലിച്ചെറിഞ്ഞു പിറുപിറുത്തതെന്തെന്ന് എസ്തെ റിനു വ്യക്തമായി. പറയാതെ വന്നാൽ ഇങ്ങനിരിക്കുമെന്ന് തർക്കു ത്തരം ജോസഫ് കേൾക്കാതിരുന്നത് നന്നായെന്ന് എസ്തെറിന് തോന്നി.

വീട്ടിലേക്കുള്ള യാത്രയായിരിക്കും ജോസഫിന്റെ ജീവിതത്തിലെ ഏറ്റവും ഹൃദ്യമായ നിമിഷങ്ങളെന്ന് എസ്തെർ വിചാരിച്ചിരുന്നു. ചിലപ്പോഴൊക്കെ ഇന്നോവയിലിരുന്ന് മയങ്ങിപ്പോയെങ്കിലും ഓട്ടോ സ്റ്റാൻഡുകളും തോരണങ്ങളും കൊടിമരങ്ങളും ചേർന്ന് റോഡ് യാത്ര ദുഷ്ക്കരമാക്കിയിരുന്നെങ്കിലും ഇടയ്ക്കിടെ കാടും വല്ലപ്പോഴു മെത്തിയ കാറ്റും നാട്ടുവഴികളും ജോസഫിനെ ഉന്മാദിയാക്കിയിരുന്നു. വീട്ടിലെത്തിയാൽ വീൽചെയർ ആവശ്യം വരില്ലെന്നായിരുന്നു ജോസ ഫിന്റെ വിശ്വാസം; പറയുകയും ചെയ്തു. സ്കൂൾ മുറ്റത്ത് ഇറങ്ങി നടക്കണമെന്ന് മോഹമുണ്ടായിരുന്നു. തിരികെ പോകുംവഴി മതിയെ ന്നായിരുന്നു; എല്ലാവരും സമ്മതിക്കുകയും ചെയ്തു. എന്നാൽ ഗെയ്റ്റ് കടന്ന് ഇന്നോവ മുറ്റത്തുനിന്നപ്പോൾ തന്നെ വീൽചെയർ അത്യാവശ്യമാണെന്ന് ജോസഫിന് തോന്നിയിരിക്കണം. തൊടി യിലിറങ്ങി നടക്കാൻ പാകത്തിൽ പാന്റും വാക്കിംഗ് ഷൂസും ധരിച്ചു മുള്ള തയ്യാറെടുപ്പിലായിരുന്നു ജോസഫിന്റെ വരവ്. ചെറിയ ഉയര ത്തിൽ വച്ചുതന്നെ പ്രസാദിക്കുന്ന ഒരു കവുങ്ങിൽ പിടിച്ച് തല താഴ്ത്തി ജോസഫ് നിന്നു.

വീടിനുള്ളിൽ കയറണമെന്ന് മോഹം നടന്നില്ല. അതിനു ഗോപിയും കുറ്റക്കാരനല്ല. താക്കോൽ ബാങ്ക് ലോക്കറിൽ സുരക്ഷിതമാക്കിയി ട്ടാണ് മകൻ തിരിച്ചത്. അക്കാര്യത്തിൽ ഗോപിയെപോലും വിശ്വാസം

കാണില്ലെന്ന് എസ്തെറിനു തോന്നി. നീലയും വെള്ളയും ചായമടിച്ച വീട്, ഗെയ്റ്റിൽ പടർന്ന ബൊഗെയ്ൻ വില്ലകൾ തലതാഴ്ത്തി ഉണങ്ങുവാൻ തുടങ്ങിയിരുന്നു. ഗോപിയെ കാണാനില്ല. പക്ഷേ അടുത്തെവിടെക്കെയോ ഉണ്ടെന്ന തോന്നൽ. അപ്രതീക്ഷിതമായി അടുപ്പുകല്ലിൽ, അല്ലെങ്കിൽ പോയി ഒരു മരക്കുറ്റിയിൽ, മുറിക്കാൻ അടയാളം പേറുന്ന ഒരു വൻമരത്തിനു പിന്നിൽ, കരിയിലക്കൂട്ടംപോലെ തോന്നുന്ന ഒരു വാഴക്കൂട്ടത്തിനിടയിൽ... എവിടെയും ഗോപിയുടെ അനക്കങ്ങൾ.

തിരികെ പുറപ്പെടുംമുൻപ് ജോസഫ് തിരിഞ്ഞു നോക്കുമെന്ന് എസ്തെർ പ്രതീക്ഷിച്ചു. അങ്ങനെ ഉണ്ടായില്ല. എത്രയും പെട്ടെന്ന് രക്ഷപ്പെട്ടാൽ മതിയെന്ന ഭാവമായിരുന്നു. ഫോട്ടോ എടുക്കാൻ ഡ്രൈവർ ശ്രമിച്ചപ്പോൾ വേണ്ടെന്നായി ജോസഫ്. തീരെ അവശനായിരുന്നു. വീൽചെയറിൽ കൊണ്ടിരുത്തി തള്ളിനീക്കി. ഗോപിയെ എങ്ങും കാണാനില്ല. വടവും കോടാലിയുമായി ഗെയ്റ്റ് കടന്നുവന്ന രണ്ടു പേർ വീൽചെയർ തള്ളിപ്പോകുന്നതുകണ്ട് കാര്യം എന്തെന്നറിയാതെ പരസ്പരം നോക്കി നില്ക്കുന്നതു കണ്ടു.

ജോസഫ് ചാരിക്കിടന്നു. വിയർക്കുന്നുണ്ടായിരുന്നു. ഡ്രൈവർ എസി കൂട്ടിവച്ചു. ആർക്കും പ്രത്യേകിച്ചൊന്നും പറയുവാൻ തോന്നിയില്ല. ഡ്രൈവർ ഒരു പഴയപാട്ട് പ്രതീക്ഷയോടെ കേൾപ്പിച്ചു. ജോസഫ് നിസ്സംഗനായിരുന്നു. ഏതോ വളവിലെത്തിയപ്പോൾ സ്കൂളിലേക്ക് തിരിക്കണോ എന്നായി ഡ്രൈവർ. വേണ്ടെന്ന് ജോസഫ് ആംഗ്യം കാട്ടി. പിന്നെ യാത്ര വേഗത്തിലായി.

പത്ത്

തിരികെയുള്ള യാത്രയിൽ കൂടുതൽ സമയവും ജോസഫ് മയക്കത്തിലായിരുന്നു. അതു നന്നായെന്ന് എസ്തെറിനു തോന്നി. വരണ്ട ദിവസമായിരുന്നു. ചുട്ടുപഴുത്ത വഴിയിലൂടെയായിരുന്നു യാത്ര. ചിലേടങ്ങളിൽ തീവണ്ടിപോലെ ഓട്ടോറിക്ഷകൾ നിരനിരയായി കാണപ്പെട്ടു. ഓരോ ഓട്ടോയ്ക്കു പുറത്തും ഡ്രൈവർമാർ മുണ്ട് മാറോളം മടക്കികുത്തിനിന്ന് മൊബൈലിൽ തൊട്ടു രുചി നോക്കുന്നുണ്ടായിരുന്നു. മറ്റു ചിലർ യാത്രക്കാരെ അഭിമുഖം ചെയ്യുന്നു. ഒരു കുടുംബത്തിലെ മൂന്നുപേരിൽ ഒരാൾ പോകാമെന്നും പറഞ്ഞു കയറി; ഉടൻ ഇറക്കിവിട്ടു. പുരാണത്തിലെ പുഷ്പക വിമാനംപോലെയാണ് ഓട്ടോറിക്ഷകൾ എന്ന് എസ്തെറിനു തോന്നി. വഴിയിലൊരിടത്ത് രണ്ട് ഓട്ടോറിക്ഷകൾ മത്സരിക്കുന്നു. ഇന്നോവ ഹോൺ മുഴക്കിയത് ഇഷ്ടമായില്ല. ഇന്നോവയ്ക്കു പിന്നാലെ അപമാനിതയായ ഓട്ടോറിക്ഷ കുറെ നേരം ചേസിംഗ് നടത്തി പിന്നിലായി. ഡ്രൈവർ ആരോടെന്നില്ലാതെ പിറുപിറുത്തു: സമ്പൂർണ്ണ ഓട്ടോറിക്ഷ ഗ്രാമം...

ഇരുട്ടുവീണ സമയത്ത് ഫ്ളാറ്റിൽ തിരികെ എത്തി. ജോസഫ് കൂടുതൽ അവശനായിരുന്നു. യാത്ര ഉപകാരപ്പെട്ടില്ലെന്ന ചിന്തയിൽ അയാൾ മൗനിയായി. എസ്തെർ ആശ്വസിപ്പിച്ചു. എല്ലാ യാത്രകൾക്കും ഫലം കിട്ടണമെന്നില്ല. എങ്കിലും യാത്ര ചെയ്തുകൊണ്ടേയിരിക്കുക. ഫലം പ്രവചിക്കുവാനാകുകയില്ലല്ലോ. നല്ല ക്ഷീണം തോന്നുന്നുണ്ടെന്നും രാത്രിയിൽ ഭക്ഷണം ആവശ്യമില്ലെന്നും എസ്തെർ വീണ്ടും അതിനായി സമയം കളയേണ്ടതില്ലെന്നും ജോസഫ് ഓർമ്മിപ്പിച്ചു. മാത്രവുമല്ല, യാത്രയ്ക്കുള്ള വാഹനവാടക താൻ തിരികെ നൽകുമെന്നും അതിന് എന്തുവേണ്ടിവരുമെന്നും അയാൾ ചോദിച്ചപ്പോൾ ആദ്യയാത്ര തന്റെ വകയാണെന്നം തുടർന്നുണ്ടാകാനിടയുള്ള യാത്രകൾക്ക് ചെലവാക്കിയാൽ മതിയാകുമെന്നും എസ്തെർ മറുപടി പറഞ്ഞു. ജോസഫിന് അംഗീകരിക്കാൻ വിഷമമായിരുന്നു. കുറച്ചുകാലം മാത്രം പരിചയമുള്ള ഏതോ ഒരാളിന്റെ സന്തോഷത്തിനുവേണ്ടി

സ്വന്തം സമ്പാദ്യം ചെലവാക്കുന്നത് നല്ല കാര്യമല്ലെന്നും തനിക്കിപ്പോൾ പണത്തിന് യാതൊരു ബുദ്ധിമുട്ടും തോന്നുന്നില്ലെന്നും ജോസഫ് പറഞ്ഞപ്പോൾ പിന്നീട് നിർബന്ധിക്കേണ്ടതില്ലെന്ന് എസ്തെറിനും തോന്നി.

പിറ്റേദിവസം മുതൽ ജോസഫ് കൂടുതൽ പരിക്ഷീണനായി കാണപ്പെട്ടു. ഉത്സാഹം കെട്ടുപോയതുപോലെയും വിശപ്പ് നശിച്ചതുപോലെയുമാണ് തോന്നിയത്. സദാസമയവും ബാൽക്കണിയിൽ ചെന്ന് റോഡിലേക്കു നോക്കിയിരിക്കും. ഒന്നുരണ്ടു തവണ അവിടെ എന്താണ് നടക്കുന്നതെന്നറിയാൻ എസ്തെറും ഒളിച്ചുനിന്ന് നോക്കിയിട്ടുണ്ടായിരുന്നു. ബേക്കറിയിൽ തിരക്ക്, ചായയും കാപ്പിയും കേക്കും ബണ്ണും. കേക്കിന് എന്തെങ്കിലും പ്രത്യേകത ഉണ്ടായിരിക്കും. അതുകൊണ്ടാണല്ലോ കേട്ടറിഞ്ഞ് ധാരാളംപേർ ആവി പറക്കുന്നതിൽ പങ്കാളിയാകുന്നത്. രുചിയും ചൂടും ഇണപിരിയില്ല.

തന്നോടും ജോസഫ് കാര്യമായി മിണ്ടുന്നില്ലെന്ന് എസ്തെറിന് തോന്നി. മുൻദിവസങ്ങളിലൊക്കെ ചോദിക്കാതെ തന്നെ ജീവിതത്തിലെ സമസ്ത വിവരങ്ങളും ഉത്കണ്ഠകളും ആകുലതകളും ജോസഫ് പങ്കുവയ്ക്കുക പതിവായിരുന്നു. നാട്ടിലേക്കുള്ള യാത്രയുടെ ഷോക്കിൽ നിന്നും ജോസഫ് മോചിതനാകുവാൻ ഇനിയും സമയമെടുക്കുമെന്നു തന്നെയാണ് എസ്തെറിനു തോന്നിയത്. ആശ്വസിപ്പിക്കാൻ ശ്രമിച്ചപ്പോഴെല്ലാം ജോസഫ് തനിക്കൊന്നും പറ്റിയിട്ടില്ലെന്നും കൂടുതൽ സംസാരിക്കാൻ തോന്നുന്നില്ലെന്നും മറുപടി പറഞ്ഞു.

അടുത്ത ദിവസത്തെ വീഡിയോ കോൾ സംഘർഷഭരിതമായിരുന്നു. ഒരു പൊട്ടിത്തെറിക്കുള്ള എല്ലാ ലക്ഷണവും തുടക്കത്തിലേ കാണാനുണ്ടായിരുന്നു.

‘‘എന്റെ വീട്ടിൽ പോകുന്നതിന് നിന്നോടു സമ്മതം മേടിക്കേണ്ട കാര്യമെന്തുവാ?’’

ജോസഫ് ശബ്ദമുയർത്തി. അയാളുടെ അവശേഷിക്കുന്ന മുടിയിഴകളിൽ ചിലത് എഴുന്നേറ്റു നില്ക്കുവാൻ തുടങ്ങിയിരുന്നു. എസ്തെർ പുറത്തേക്ക് വരാതിരിക്കുവാൻ ശ്രദ്ധിച്ചു.

‘‘മര്യാദ ഉണ്ടായിരുന്നെങ്കിൽ എന്നെ അറിയിക്കുമായിരുന്നു.’’

മകനും ദേഷ്യപ്പെട്ടു.

‘‘ഇക്കാര്യത്തിൽ എന്ത് മര്യാദ? ഞാൻ കഷ്ടപ്പെട്ടുണ്ടാക്കിയ വീട്; ദേഹണ്ണം ചെയ്ത പറമ്പ്. നിനക്കെന്തുവാടാ ഇത്ര കൊള്ളാൻ?’’

‘‘മര്യാദകേടു കാണിച്ചോണ്ടാ വീട്ടിനകത്തു കേറാൻ പറ്റാതെ പോയത്.’’

“ഓ, വീടിന്റെ അവസ്ഥ ഞാൻ കണ്ടു. പിന്നെ നിന്റെ മര്യാദയെന്തുവാടാ? ആരോടു ചോദിച്ചിട്ടാ വീടും പറമ്പും വില്ക്കാൻ തീരുമാനിച്ചേ?”

അതിനു മറുപടിയായി അന്നമ്മ സംസാരിക്കാൻ തുടങ്ങി.

“ആർക്കും വേണ്ടാതെ നശിക്കുന്നതിലും നല്ലതല്ലേ നല്ല വില കിട്ടാനുള്ളപ്പോൾ കൊടുക്കുന്നത്. വീടുണ്ടാക്കിയ ആളിന് അവിടെ താമസിക്കാൻ യോഗമില്ല. മാത്രവുമല്ല, എത്രകാലം കഴിഞ്ഞാലും അത് അടുത്ത തലമുറയ്ക്ക് കൈമാറാനുള്ളതാണ്. എങ്കിൽപിന്നെ വെച്ചു താമസിപ്പിക്കുന്നതെന്തിനാണ്? തക്കസമയത്ത് കൊടുത്താൽ പിള്ളാർക്ക് അതുകൊണ്ട് ഗുണം കിട്ടും. ഇത്, തിന്നത്തുമില്ല, തീറ്റിക്കത്തുമില്ല. ശരിയായ കാര്യമല്ല; തമ്പുരാൻ പൊറുക്കത്തില്ല.”

അന്നമ്മ ശ്വാസം വിടാതെ പറഞ്ഞു തീർത്തു.

“ഓ, എല്ലാരുംകൂടെ ചേർന്നുള്ള പരിപാടി. നടക്കത്തില്ല. ഞാൻ ചത്തിട്ട് നിങ്ങൾ വീതിച്ചോ. ജീവനുള്ള കാലം എപ്പഴെങ്കിലും ഞാനവിടെ തിരികെ ചെല്ലും. നീയൊക്കെ വിറ്റു തൊലയ്ക്കുന്നത് എനിക്കൊന്നു കാണണം. ഞാനും കൂടെ ഒപ്പിട്ടു തരണമല്ലോ.”

സ്ഥലവും വീടും ജോസഫിന്റെയും അന്നമ്മയുടെയും പേരിലാണ്. ക്രമേണ പിതാവിനെ പറഞ്ഞു മനസ്സിലാക്കി വില്പനയ്ക്കു സമ്മതിക്കാമെന്നായിരുന്നു മകന്റെ കണക്കുകൂട്ടൽ; ഇത്ര പെട്ടെന്ന് കാര്യങ്ങൾ മാറിമറിയുമെന്ന് കരുതിയിരുന്നില്ല. മുന്നറിയിപ്പില്ലാതെ വീട്ടിലേക്കുള്ള പിതാവിന്റെ സന്ദർശനമാണ് പ്രശ്നത്തിനു തുടക്കം കുറിച്ചത്. അതിനുത്തരവാദി ഹോംനഴ്സും. രണ്ടു പറയണമെന്നു തോന്നി മകനും ഭാര്യയ്ക്കും.

“ഹോംനഴ്സ് ഹോംനഴ്സിന്റെ പണി ചെയ്തേച്ചാൽ മതി; ഓവർ സ്മാർട്ട് ആവണ്ട.”

ജോസഫിന്റെ ഭാര്യ രോഷത്തിലാണ്. ജോസഫ് അതു കേട്ടില്ലെന്നു നടിച്ചെങ്കിലും ഒടുവിൽ പറഞ്ഞു:

“നിങ്ങളും അത്രയ്ക്ക് ഓവർ സ്മാർട്ട് ആവണ്ട.”

ഉടൻ ഹോംനഴ്സിനെ വിളിക്കൂവെന്നായി മകന്റെ ഭാര്യ. മുഖത്തു നോക്കി ചിലതു പറയാനുണ്ട്. എസ്തെർ അവരുടെ ആവശ്യം കേൾക്കുന്നുണ്ടായിരുന്നു. ജോസഫ് ആവശ്യപ്പെടാതെ തന്നെ എസ്തെർ വീഡിയോകോളിലേക്ക് ചേർന്നുനിന്നു.

“ദേ, ഒരു കാര്യം ഞാൻ പറഞ്ഞേക്കാം. നിങ്ങളുടെ ട്രയലിന് നിന്നു തരേണ്ട കാര്യം എനിക്കില്ല. എന്തേലും ഒണ്ടേൽ നേരെച്ചെന്ന്

കൺസൾട്ടിംഗ് ഏജൻസിയോടു കംപ്ലയിന്റ് ചെയ്തേക്ക്. ഇവിടെന്താ വല്ല കൊലപാതകവും നടന്നോ? പോയി പണിനോക്ക്.

എസ്തെർ പൊട്ടിത്തെറിച്ചു.

ജോസഫും എസ്തെറിനൊപ്പം പങ്കുചേർന്നു. പ്രായമുള്ള ഒരു മനുഷ്യന്റെ ന്യായമായ ഒരാഗ്രഹം സാധിച്ചുകൊടുത്തത് ഇത്രമാത്രം ദ്രോഹമാകുന്നതെങ്ങനെയെന്ന് എസ്തെറും ആലോചിക്കുന്നുണ്ടായിരുന്നു.

വാക്കുതർക്കം നീണ്ടു.

മകന്റെ ഭാര്യയോട് വായടയ്ക്കാൻ ഒരു ഘട്ടത്തിൽ ജോസഫ് ആവശ്യപ്പെട്ടു; എസ്തെറിനെതിരെയുള്ള അവരുടെ ആക്രോശങ്ങൾ അവസാനിച്ചില്ല. അടുത്തനിമിഷം എസ്തെറിനെ പുറത്താക്കാനുള്ള നടപടികൾ തുടങ്ങുമെന്നായി അവർ. കൺസൾട്ടിംഗ് ഏജൻസിക്കാർ ഇത്രമാത്രം വഷളായ ഒരാളെ ഏർപ്പാടാക്കി തന്നതിനെതിരെ പരാതി ഉന്നയിക്കുമെന്നും എസ്തെറിനെ കേസ്സിൽ കുടുക്കുമെന്നും ഭീഷണി ഉണ്ടായി. ഈ സമയം തന്റെ സ്വത്തുക്കൾ തട്ടിയെടുക്കാൻ മകനും ഭാര്യയും ഗൂഢാലോചന നടത്തുകയാണെന്നും തന്റെ അറിവില്ലാതെ വസ്തുവും വീടും വില്പന നടത്താൻ ശ്രമിക്കുകയാണെന്നും കാണിച്ച് ഉടൻതന്നെ പൊലീസ് സ്റ്റേഷനിൽ പരാതി നല്കുമെന്ന് ജോസഫും പറഞ്ഞു. ഉടൻതന്നെ മകന്റെ ഭാര്യ വീഡിയോ കോളിൽ നിന്നും അപ്രത്യക്ഷയായി. മകനും അന്നമ്മയും അവശേഷിച്ചു. ഹോംനഴ്സിനെ വേണോ സ്വന്തം പിള്ളാരെ വേണോ എന്നൊരു ചോദ്യം കൂടി അന്നമ്മ ഉയർത്തി. ആരെ വേണമെന്നു താൻ തീരുമാനിച്ചു കൊള്ളാമെന്നായിരുന്നു ജോസഫിന്റെ മറുപടി.

''ഞാൻ ഇനിമുതൽ കാണില്ല.''

എസ്തെർ പറഞ്ഞു.

''എനിക്കു പരാതിയില്ലല്ലോ.''

ജോസഫിനു വിഷമം തോന്നി.

''അതല്ല, ഏജൻസിയുടെ കരാർ മകനുമായിട്ടാ.''

''അതുകൊണ്ട്?''

''മകനു പരാതിയുണ്ടെങ്കിൽ അവർ കരാർ റദ്ദാക്കും; ചിലപ്പോൾ പുതിയ ഒരാൾ.''

''ഇനി എനിക്ക് മറ്റൊരാൾ വേണ്ട.''

''അത് തീരുമാനിക്കേണ്ടത് മകനല്ലേ.''

''അല്ല, എന്റെ കാര്യം ഞാൻ നോക്കും.''

എസ്തെർ ഒരു നിമിഷം ആലോചിച്ചു.

''പണം ആരു കൈകാര്യം ചെയ്യുന്നോ അവർക്കേ തീരുമാനമെടുക്കാനാകൂ. സാധാരണക്കാരുടെ കാര്യംതൊട്ട് മുകളിലോട്ട്; ഇതാ ലോക നിയമം.''

''എന്റെ പണം കൊണ്ട് വലുതാക്കിയ വീടാ.''

അതൊന്നും ഇപ്പോൾ പറയുന്നതിൽ ഒരർത്ഥവുമില്ലെന്ന് എസ്തെർ ഓർമ്മിപ്പിച്ചു. സർവ്വതിന്റെയും നിയന്ത്രണം മകനും ഭാര്യയ്ക്കുമാണ്. അവർ ഇനി എല്ലാം നിശ്ചയിക്കും. അതുകേട്ട് ജോസഫിന് കരച്ചിൽ വന്നു. കൂടുതൽ തളർന്നു. വീൽചെയർ പോലും അനങ്ങുന്നില്ലെന്നയാൾക്കു തോന്നി. ദയനീയമായിരുന്നു അയാളുടെ നോട്ടം.

തന്റെ ചെറിയ പ്രായത്തിൽ വീട്ടിൽ ഒരു കാള ഉണ്ടായിരുന്നതായി എസ്തെർ പറഞ്ഞു. ഒന്നൊന്നര കാളയായിരുന്നു. സമീപത്തെ ഏറ്റവും തലയെടുപ്പുള്ള മൃഗം. കാലം കടന്നുപോകെ കാള കുനിഞ്ഞു. കാലും വാലും മുതുകും ഒരേവിധം ശോഷിച്ചു. കാള കാളയുമല്ല, ക്ടാവുമല്ലാതായി. ഒരു കാലത്ത് എത്രയെണ്ണത്തിനെ കുത്താനിട്ട് ഓടിച്ചതായിരുന്നു. ഇപ്പോഴത്തെ നിലയോ? എഴുന്നേറ്റുനിന്ന് വെള്ളം കുടിക്കാൻ പോലും ആകുകയില്ല. അതും ഓർമ്മയുണ്ട്. പത്തുപതിനഞ്ചുവർഷത്തെ ഇടവേളയിൽ കണ്ടതാണ്. ആരോഗ്യമില്ലെങ്കിൽ ആണും പെണ്ണും മൃഗവുമെല്ലാം ഒന്നുതന്നെ.

നമ്മുടെ നാട്ടിൽ വാർദ്ധക്യം ഒരു രോഗമാണെന്ന് എസ്തെർ സ്വയം പറഞ്ഞു.

''വാർദ്ധക്യം ഒരവസ്ഥ മാത്രമാണെന്ന് മക്കൾ പോലും തിരിച്ചറിയുന്നില്ല.''

താൻ ഒരു വണ്ടിക്കാള മാത്രമായിരുന്നുവെന്ന് ജോസഫ് ഓർത്തു. മരുഭൂമിയിൽ പരമാവധി പണി ചെയ്തു. നാട്ടിൽ ഭാര്യയ്ക്കും മകനും മേൽവിലാസമുണ്ടാക്കി. ആസ്ത്രേലിയയിൽ വിട്ട് മകനെ പഠിപ്പിച്ചു. അമേരിക്കയിൽ ജോലിക്കാരനായി. അവിടെതന്നെ പണിയുള്ള പെൺകുട്ടിയെ ഭാര്യയായി കിട്ടി. എല്ലാം കണക്കുകൂട്ടൽ പോലെ നടന്നു. ഈ സംഭവം തന്റെ ജീവിതത്തിൽ എന്നും ഒരു പാഠമായിരിക്കുമെന്നും ജോസഫ് പറഞ്ഞു. അതോടൊപ്പം ജോസഫ് ഇതേവരെ ചോദിക്കാതിരുന്നതും ചിലപ്പോഴൊക്കെ ചോദിക്കാൻ ആഗ്രഹിച്ചതുമായ മറ്റൊന്നുകൂടി ചോദിച്ചു.

''എസ്തെർ പഠിച്ച ജീവിതപാഠം എന്തായിരുന്നു?''

അധികമൊന്നും ആലോചിക്കാതെ തനിക്കതിന് മറുപടി പറയാൻ കഴിയുമെന്ന ആത്മവിശ്വാസത്തിലായിരുന്നു എസ്തെർ. പക്ഷേ

പറയാൻ തുടങ്ങിയത് അവർ പെട്ടെന്ന് എന്തോ ഓർത്തിട്ടെന്ന പോലെ പിൻവലിച്ചു.

''അതോ, അന്യായത്തോട് പൊരുത്തപ്പെടരുതെന്ന്.''

''അതെന്താ പൊരുത്തപ്പെട്ടിരുന്നോ?''

''ഇല്ല; ചെറുത്തിട്ടേ ഉള്ളൂ; അതൊരു കഥപോലെ തോന്നും.''

''പറയാമോ?''

പറയണമെന്നുണ്ടായിരുന്നു. പക്ഷേ തുറന്നുപറയാൻ എസ്തെറിന് വൈമനസ്യം. പക്ഷേ വീണ്ടും ജോസഫിനെ കാണാതിരിക്കുന്നിടത്തോളം തുറന്നുപറയുന്നതിൽ തെറ്റില്ലെന്നും പെട്ടെന്നവർ ഓർത്തു; ജോസഫ് ഉത്തരം പ്രതീക്ഷിക്കുന്നുണ്ട്.

''പല്ലിനുപല്ല്, കണ്ണിനു കണ്ണ് എന്നൊരു പ്രമാണമുണ്ട്. അതിൽ വിശ്വസിക്കാനാണ് എന്നെ ജീവിതം പഠിപ്പിച്ചത്.''

ജോസഫ് കൂടുതൽ ആകാംക്ഷയിലായി. എന്തോ വലിയൊരു കഥയാണത്. തനിക്കങ്ങനെ ആകാൻ കഴിയില്ലെന്ന് ജോസഫിനറിയാം. ആ അനുഭവം എന്തായിരുന്നുവെന്ന് ജോസഫ് ആവർത്തിച്ചു ചോദിച്ചു.

മുടി വാരിക്കെട്ടി, ബാഗിൽ പുസ്തകങ്ങളും എടുത്തുവച്ച്, കറുത്ത ചുരിദാറുമിട്ട് നില്ക്കുന്ന എസ്തെർ ഒരു ഹോംനഴ്സ് മാത്രമല്ലെന്ന് പെട്ടെന്ന് ജോസഫിനു തോന്നി. എസ്തെർ ചുരുക്കിപ്പറഞ്ഞു.

ഒരു മലയോര പ്രദേശം. അപ്പൻ ഇട്ടിട്ടുപോയ കുടുംബം. വനത്തിൽ പണി തേടിപ്പോകുന്ന അമ്മ. ആഞ്ഞൊന്നമർത്തിയാൽ വീഴുന്ന കൂര. അഞ്ചുവയസ്സിനിളപ്പമുള്ള അനിയത്തിക്കുട്ടി. അന്ന് പതിനഞ്ചും പത്തും പ്രായം. കൂപ്പിൽ പണിക്കുവരുന്നവരും വനം വാച്ചർമാരും തെരുവുകച്ചവടക്കാരും നിറഞ്ഞ ഇടം. പത്തുവയസ്സുകാരിയെ ഇടയ്ക്കിടെ കാണാതാവുന്നു. കുറെക്കഴിയുമ്പോൾ ഒരിടത്ത്, പിന്നെ മറ്റൊരിടത്ത്. സ്കൂളിൽ നിന്നും ഒരിക്കൽ വന്നവരവിൽ എസ്തെർ ആ അപ്രത്യക്ഷമാകലിന്റെ കഥയറിഞ്ഞു. കളിക്കാൻ അന്യവീടുകളിൽ പോയി അനുജത്തി വൈകുന്നുവെന്നേ കരുതിയിരുന്നുള്ളൂ. വൈകൽ അതുകൊണ്ടായിരുന്നില്ല. കൂപ്പിൽ തടി നോക്കാൻ വന്ന അന്യനാട്ടുകാരന്റെ താത്ക്കാലിക കുടിയിൽ കുട്ടി പോയി വരുന്നത് കണ്ടവരുണ്ടായിരുന്നു. ഒരിക്കൽ കയറിപ്പോകുന്നത് എസ്തെറും കണ്ടു. നേരെ അങ്ങോട്ടു ചെന്നു. അവൻ കൊല്ലുമായിരുന്നു. ബോധത്തിലായിരുന്നില്ല. അരയിൽ നീണ്ട വാക്കത്തി. കയ്യിൽ ബീഡിത്തുണ്ട്. അനുജത്തിയെ കിടത്തിയ കട്ടിലിൽ എസ്തെറും വീണു. കൊല്ലണോ മരിക്കണോ?

''സാഹചര്യം വച്ചുനോക്കിയാൽ താൻ മരിക്കണമായിരുന്നു. അങ്ങനെയല്ല സംഭവിച്ചത്.''

‘‘അത്രേം ധൈര്യം...?’’

‘‘ഞാൻ കൊല്ലാൻ പോയതല്ല. കൊച്ചിനെ നോക്കി പോയതാ.’’

‘‘എന്നിട്ട്?’’

‘‘കൊല്ലാൻ വന്നവനിൽ നിന്നും രക്ഷപ്പെട്ടു.’’

‘‘എങ്ങനെ?’’

‘‘വാളെടുത്തവൻ വാളാൽ...’’

കൂടുതൽ വെളിപ്പെടുത്താൻ എസ്തെറിനു താല്പര്യം തോന്നിയില്ല. ഒരുവിധം പറഞ്ഞൊപ്പിച്ചു. എസ്തെർ വാതില്ക്കലേക്ക് നടന്നു. യാത്ര പറയാൻ ജോസഫിന് ധൈര്യം വന്നില്ല. വീൽചെയർ കരഞ്ഞു.

ബാഗും സഞ്ചിയും കുടയുമായി എസ്തെർ പുറത്തേക്കിറങ്ങി. പോകുംമുൻപ് കൈകളിൽ അമർത്തിപ്പിടിച്ച് പിന്നെ കൈ പിൻവലിച്ച് എസ്തെർ തല ഉയർത്തി നടന്നു മറഞ്ഞു.

പതിനൊന്ന്

ഫ്ളാറ്റിലെ സെക്യൂരിറ്റി ജീവനക്കാരൻ മൂന്നുനേരവും ഭക്ഷണം എത്തിക്കുന്നത് ആരു പറഞ്ഞിട്ടായിരിക്കുമെന്ന് ജോസഫ് ഓർത്തു. ആദ്യം വന്നു വാതിലിൽ മുട്ടിയപ്പോൾ തുറക്കാൻ കൂട്ടാക്കിയില്ല. പിരിവുകാരായിരിക്കും എന്നു വിചാരിച്ചു. ഒടുവിൽ മുട്ടോടു മുട്ട്.. പേര് വിജയൻ. ഉറച്ച ശരീരം, ഉറച്ചിട്ടില്ലാത്ത ശബ്ദം. ഇരുനിറക്കാരൻ നീല യൂണിഫോമിൽ. മകന്റെ നിർദ്ദേശപ്രകാരമായിരിക്കുമെന്നാണ് ജോസഫ് കരുതിയത്. വിജയൻ തിരുത്തി.

''ഇവിടെ വരാറുള്ള ഹോംനഴ്സ് ഏർപ്പാടു ചെയ്തിരുന്നു. അവര് അവധിയിലാണെന്നും പറഞ്ഞു.''

പറഞ്ഞുവിടും മുൻപ് സ്വയം പിരിഞ്ഞുപോകുന്നതാണുത്തമം എന്ന് എസ്തെർ കരുതിക്കാണും. കഴിഞ്ഞ ദിവസം മകനും വിളി ച്ചത്രേ; പണം അവൻ ഉറപ്പാക്കിയിട്ടുണ്ട്. ഭക്ഷണം മുടങ്ങില്ല. ഇതു തന്റെ ജോലിയല്ലെങ്കിലും വലിയൊരു ഫ്ളാറ്റിൽ ഒരു വയസ്സൻ പട്ടിണി കിടക്കാൻ പാടില്ലല്ലോ; മനുഷ്യത്വം. പണമൊക്കെ വന്നുപോകും. ഇതുപോലെ പലവിധജീവിതം കാണുന്നവനാണു വിജയൻ. അധ്വാ നിയുടെ ആനന്ദവും പ്രസരിപ്പും വിജയന്റെ വാക്കുകളിൽ അറിഞ്ഞു. ജോസഫിനെക്കുറിച്ചോർക്കുമ്പോൾ മനസ്താപം തോന്നുന്നതായി വിജയൻ പറഞ്ഞു. വീടും വീട്ടുകാരും ഇല്ലാഞ്ഞിട്ടല്ലല്ലോ ഒറ്റയ്ക്കു കഴിയേണ്ടിവരുന്നത് എന്നോർക്കുമ്പോഴാണ് വിജയന് വിഷമം.

എങ്കിലും വിഷമിക്കാൻ ഒന്നുമില്ലെന്ന് വിജയന്റെ ആശ്വാസം. അയാൾ ഉള്ളിടത്തോളം മുട്ടില്ല. ഹോംനഴ്സിനെപ്പറ്റി ആയിരം നാവ്. പലരും വന്നുപോയിട്ടുണ്ട്. അറിഞ്ഞു പെരുമാറിയിട്ടുള്ളത് അവരെ പോലെ ചുരുക്കംപേർ. അധ്വാനിക്കുന്നവരോട് ആദരവുള്ള സ്ത്രീ യാണവർ. അതുകൊണ്ടാണ് പറഞ്ഞ ഉടൻ എത്തിയത്. എസ്തെർ പറഞ്ഞ് ജോസഫിനെക്കുറിച്ചും ചിലതറിയാം. കഴിപ്പിൽ മടുപ്പു തോന്നു മ്പോൾ മാറ്റി പറയാൻ മടിക്കേണ്ടതില്ലെന്നും വിജയൻ ഓർമ്മിപ്പിച്ചു.

വിശപ്പിന്റെയും അരുചിയുടെയും ഒക്കെ അനുഭവം ഉള്ള ആൾ. വിമുക്ത ഭടൻ. ഇരുപതാം വയസ്സിൽ പട്ടാളത്തിൽ ചേർന്നു. ഇരുപത്തിയഞ്ചു കൊല്ലത്തെ സേവനത്തിനുശേഷം വിരമിക്കൽ. ഒളിച്ചോടിപ്പോയി സൈന്യത്തിൽ ചേർന്നയാളിനിപ്പോൾ കുടുംബം; രണ്ടു പെൺമക്കൾ. രണ്ടാളും ബിരുദവും ബിരുദാനന്തരവും. ഇളയവൾക്ക് ആർമിയിൽ ചേരണമത്രേ. ഉന്മേഷവും പ്രസരിപ്പുമാണ് വിജയൻ. ദുഃഖകഥ പറയു മ്പോഴും പ്രതീക്ഷയ്ക്കു വക നല്കിക്കൊണ്ടേ അത് അവസാനിപ്പിക്ക യുള്ളൂ. വിജയൻ അറിയപ്പെടാത്ത ഒരു മോട്ടിവേഷണൽ സ്പീക്കറാ ണെന്ന് ജോസഫിനു തോന്നി. രോഗികളെ സുഖപ്പെടുത്താനും അത്ഭു തങ്ങൾ കാണിക്കാനും ഒരുപക്ഷേ വിജയനു കഴിഞ്ഞേക്കും. വാതിൽ ക്കലെത്തുമ്പോൾ അത് താനാണെന്ന് സ്വയം പ്രഖ്യാപിക്കാൻ ഒരു ഹിന്ദി പാട്ടിന്റെ ആദ്യ രണ്ടു വരികൾ ജോസഫിനായി വിജയൻ കരുതി വക്കുന്നുമുണ്ട്.

എസ്തെറിനെ ഒഴിവാക്കിയതിന്റെ ആഹ്ലാദം പ്രകടിപ്പിച്ചുകൊണ്ടാ യിരുന്നു അടുത്ത ദിവസത്തെ വീഡിയോകോൾ. ഇതേ മാതൃകയി ലുള്ള സ്ത്രീവാദികളെക്കൊണ്ട് നാട്ടിൽ പ്രശ്നമേ ഉണ്ടാകുകയു ള്ളൂവെന്നും കുടുംബങ്ങളിലെ പല അസ്വസ്ഥതകൾക്കും കാരണം എസ്തെറിനെപ്പോലെയുള്ള സ്ത്രീകളാണെന്നും മകൻ ഓർമ്മിപ്പിച്ചു. അന്നാമ്മ അതിനെ പിന്തുണച്ചുകൊണ്ട് എസ്തെർ തന്നിഷ്ടക്കാരി യാണെന്നും കുടുംബസ്വത്തിൽ അവൾക്കൊരു കണ്ണുണ്ടായിരുന്നു വെന്നും ജോസഫിനെ സ്വാധീനിച്ച് കുടുംബത്തിൽ കയറിപ്പറ്റാൻ അവൾ തക്കം നോക്കിയിരിക്കുകയായിരുന്നുവെന്നും പറഞ്ഞു. കുറെ ക്കാലം കൂടി എസ്തെർ ഫ്ളാറ്റിൽ താമസിച്ചിരുന്നുവെങ്കിൽ തനി നിറം കാണിക്കുമായിരുന്നുവെന്നും മുന്നറിയിപ്പു നല്കാതെ ജോസ ഫിനെയും കൂട്ടി കുടുംബവീട്ടിലേക്കു പോയത് അവിടുത്തെ സ്ഥലവും വീടുമൊക്കെ പരിശോധിക്കാനായിരുന്നുവെന്നും, കള്ളരേഖ ചമച്ചോ ജോസഫിനെക്കൊണ്ട് ഒപ്പീടീപ്പിച്ചോ സ്വത്തുക്കൾ കൈക്കലാക്കാൻ നീക്കം നടത്തുമായിരുന്നുവെന്നും അന്നമ്മ ഓർമ്മിപ്പിച്ചു. എവിടെ നിന്നോ വന്നുകയറിയ ഒരു സ്ത്രീക്ക് ജോസഫിനെ ഇത്രമാത്രം കഷ്ട നഷ്ടങ്ങൾ സഹിച്ച് കുടുംബവീടുകൊണ്ടു കാണിക്കാൻ ഉത്സാഹം തോന്നിയത് വെറുതെയായിരിക്കില്ല എന്ന് അന്നമ്മ ആവർത്തിച്ചപ്പോൾ ജോസഫിനും ചില സംശയങ്ങൾ തോന്നിത്തുടങ്ങി. എന്തായാലും കൂടുതൽ അപകടമുണ്ടാകാതെ രക്ഷപ്പെടുത്തിയ സർവ്വേശ്വരന് അന്നാമ്മ പലവട്ടം സ്തോത്രം അർപ്പിക്കുകയും മകനും ഭാര്യയും സ്തോത്രം ഏറ്റുപറയുകയും ചെയ്തു. കാര്യമെന്തൊക്കെയായാലും ഹോംനഴ്സി നെതിരെ പൊലീസിന് പരാതി മെയിൽ ചെയ്യുന്നുണ്ടെന്ന് മകന്റെ ഭാര്യ അറിയിച്ചു; ഏജൻസിക്കാരുമായുള്ള ഹോംനഴ്സിന്റെ കരാറിനു

വിരുദ്ധമായി പെരുമാറിയെന്നും രോഗിയും സഞ്ചരിക്കാൻ ബുദ്ധി മുട്ടനുഭവിക്കുന്ന ആളുമായ ജോസഫിനെ നിർബന്ധിച്ച് യാത്രയ്ക്കായി കൂട്ടിയെന്നും സ്വസ്ഥതയും സമാധാനവും വേണ്ടുന്ന ഒരു വൃദ്ധന് അനാവശ്യമയ സംഘർഷങ്ങൾ നല്കിയെന്നും അയാളുടെ സ്വകാര്യതയ്ക്ക് ഭീഷണി ഉയർത്തിയെന്നും ആരോഗ്യസ്ഥിതി വഷളാക്കിയെന്നും മകന്റെ ഭാര്യ, താൻ പൊലീസിന് മെയിൽ ചെയ്യുന്ന പരാതിയിൽ വിശദീകരിക്കാനുദ്ദേശിക്കുന്നുണ്ടെന്ന് അറിയിക്കയുണ്ടായി. മാത്രവുമല്ല ഇതു സംബന്ധിച്ച് യാതൊരു വിശദീകരണത്തിനും ഹോംനഴ്സ് തയ്യാറായിട്ടുമില്ല. ചോദിക്കുമ്പോൾ നേരിട്ടു സംസാരിക്കാതെ കഴിവതും ഒഴിഞ്ഞു മാറുകയുമാണ് ചെയ്തിട്ടുള്ളത്. ഇതെല്ലാം ദുരൂഹത വർദ്ധിപ്പിക്കുന്ന സാഹചര്യത്തിലാണ് മകന്റെ ഭാര്യ പരാതി നൽകാൻ തയ്യാറെടുത്തിട്ടുള്ളത്. പരാതിയെ പിന്തുണയ്ക്കണമെന്ന് മകന്റെ ഭാര്യ ജോസഫിനോട് ആവശ്യപ്പെട്ടപ്പോൾ തനിക്ക് ആരോടും പരാതിയില്ലെന്നും തന്റെ പേരിൽ ആരും പരാതിയുമായി മുന്നോട്ടു വരേണ്ടതില്ലെന്നും ജോസഫ് വ്യക്തമാക്കി. എങ്കിൽ ഒരു വിദേശ മലയാളി കുടുംബം എന്ന നിലയ്ക്ക് തങ്ങൾ മൂന്നുപേർ ചേർന്ന് പരാതി നൽകുമെന്നായി മകന്റെ ഭാര്യ. ജോസഫ് അതിനോട് ആദ്യം പ്രതികരിക്കാൻ കൂട്ടാക്കിയില്ല. ഒടുവിൽ, നിങ്ങൾ സ്വത്തു തട്ടിയെടുക്കാൻ നോക്കി എന്നു ഞാൻ പറഞ്ഞാലോ എന്നൊരു ചോദ്യം ഉയർത്തിയപ്പോൾ മൗനത പടർന്നു.

വൈകുന്നേരത്തോടെ പള്ളിവികാരി പ്രത്യേക പ്രാർത്ഥനയ്ക്കായി ഫ്ളാറ്റിൽ എത്തുമെന്ന് മകൻ അറിയിച്ചപ്പോൾ അതിന്റെ ആവശ്യമുള്ളതായി തോന്നുന്നില്ലെന്നും തന്റെ അനുവാദമില്ലാതെ ഒരാളെയും ഫ്ളാറ്റിൽ പ്രവേശിപ്പിക്കുവാൻ ഉദ്ദേശിക്കുന്നില്ലെന്നും ജോസഫ് അറിയിച്ചു. ഒരു തവണ വന്നുപോയതിന്റെ കേട് തീർന്നിട്ടേയുള്ളൂ. പ്രാർത്ഥനയ്ക്ക് ഇവർക്കൊക്കെ പ്രത്യേക ലക്ഷ്യമുണ്ടായിരിക്കുമെന്നും ഗോസ്പൽ ലൂട്ടിംഗ് എന്നാണ് താൻ ഇത്തരം പ്രവൃത്തികൾക്ക് പേർ നല്കുന്നതെന്നും വൈകിട്ട് പ്രാർത്ഥനയ്ക്കു പകരം ചൂട് ചായയും പരിപ്പുവടയും കിട്ടിയാൽ നന്നായിരിക്കുമെന്നും ജോസഫ് മകനെ ഓർമ്മിപ്പിച്ചു. വൈദികന്റെ ധാർഷ്ട്യം സഹിക്കേണ്ട കാര്യം ഇനിയില്ലെന്നും ഒരുപാടുകാലം ഇവരുടെ പിന്നാലെ നടന്ന് ചെരുപ്പ് തേഞ്ഞിട്ടുണ്ടെന്നും ഇനിയെങ്കിലും സ്വതന്ത്രമായി ജീവിക്കുവാൻ ശ്രമിക്കുകയാണെന്നും ജോസഫ് മറുപടിയായി പറഞ്ഞു.

വിജയൻ ഒരു പൊതിയുമായി വന്നപ്പോഴാണ് ഉച്ചയായെന്നറിഞ്ഞത്. രണ്ടു ദിസത്തേക്കിനി വിജയനില്ല. മകൾക്കൊപ്പം ഒരു പരീക്ഷയ്ക്കായി കൂടെപ്പോകുന്നു. മകൾ അതിൽ വിജയിക്കുമെന്ന് വിജയന് പരിപൂർണ്ണ ഉറപ്പ്. വിജയം സുനിശ്ചിതം. വിചാരിച്ചാൽ നടക്കാത്തതായി

ഒന്നുമില്ലത്രേ. അതു ശരിയെന്നു തോന്നി. കഴിച്ചുതീരുന്നതുവരെ ഓരോന്നും പറഞ്ഞ് വിജയൻ കൂടെയിരുന്നു. വീൽചെയർ ഇല്ലാതിരുന്നെങ്കിൽ ജോസഫ് കുറെക്കൂടി ആരോഗ്യവാനാകുമായിരുന്നുവെന്ന് വിജയന്റെ കണ്ടെത്തൽ. വീൽ ഇല്ലാത്ത ചെയർ ഉണ്ടെങ്കിലേ വിൽപവർ കൂടൂ എന്ന് മറ്റൊരു ശീർഷകം കൂടി സമ്മാനിച്ച് വിജയൻ സല്യൂട്ടടിച്ച് കതകുമടച്ച് അപ്രത്യക്ഷനായി.

വിജയൻ പറഞ്ഞത് സത്യമാണെന്ന് ജോസഫിന് തോന്നി. വന്നു വന്ന് വീൽചെയറിൽ നിന്ന് ബെഡ്ഡിലേക്ക് കയറാൻ പ്രയാസം തോന്നുന്നുണ്ട്; തിരിച്ചും. ഇനി ഒന്നുകിൽ ബെഡ്ഡ്, അല്ലെങ്കിൽ വീൽചെയർ. രണ്ടിലും കൂടിയുള്ള ജീവിതം അസാധ്യമായിരിക്കുമെന്നയാൾക്കു തോന്നി. ഫ്ളാറ്റിലേക്കുള്ള പടികൾ നടന്നുകയറി വന്നിട്ട് നാലുമാസം തികയുന്നതേയുള്ളൂ. വന്നിട്ട് നാലാംനാൾ മുതൽ വീൽചെയറിലായി. വീട്ടിലും പറമ്പിലും നല്ല പയറുപോലെ ഓടി നടന്നിരുന്ന ഈ മനുഷ്യന് എന്നാപറ്റി എന്ന് അന്നാമ്മയുടെ ഉത്കണ്ഠ.

അലക്സ് അളിയൻ ഉറക്കത്തിൽ മരിച്ച വിവരം പിറ്റേന്നുറക്കം ഉണരുമ്പോഴാണറിഞ്ഞത്. ആരും വിളിച്ചു പറഞ്ഞതല്ല; ഒന്നു രണ്ട് പരിചയമില്ലാത്ത മിസ്സ്ഡ് കോൾ കണ്ടിരുന്നു. തിരികെ വിളിക്കും മുൻപ് അന്നാമ്മയുടെ കരച്ചിലോടെ മകന്റെ വിളി വന്നു. പൊന്നുപോലെ നോക്കിയിരുന്ന ആങ്ങളയായിരുന്നു. അച്ചായന് ഒരുപാട് സ്വപ്നങ്ങൾ ഉണ്ടായിരുന്നു. കിടപ്പിലായിരുന്നുവെങ്കിലും സ്വപ്നങ്ങൾക്ക് അതിരില്ലായിരുന്നു. സ്വത്തുതർക്കവും കേസ്സും മകനുമായുള്ള പ്രശ്നവും എല്ലാമുണ്ടായിരുന്നിട്ടും സന്തോഷവാനായാണ് അലക്സ് അളിയൻ ജീവിച്ചുപോന്നത്. അന്നാമ്മ കരച്ചിലോടു കരച്ചിൽ. ഒടുവിൽ ഒരാവശ്യം. എങ്ങനെയെങ്കിലും ശവസംസ്കാരത്തിനു പോകണം. വയ്യെന്നു പറയരുത്. അലക്സ് അളിയന്റെ അനുജന്റെ കാറയയ്ക്കും. അതിനുള്ള ഏർപ്പാട് ചെയ്തിട്ടുണ്ട്. രാവിലെ തിരിച്ചാൽ അവിടെ എത്താൻ അഞ്ചുമണിക്കൂറിൽ ചില്വാനം മതി. പോയി ഒന്നു ആള് കാണിച്ചേച്ച് അതേ കാറിൽ തിരികെയിങ്ങുപോരണം. അതിനുള്ള ചെലവ് എത്രയായാലും അന്നാമ്മയും മകനും കൂടി നോക്കിക്കൊള്ളും. ഉപേക്ഷ വിചാരിച്ചേക്കരുത്. അഭിമാനപ്രശ്നമാണ്. നാട്ടുകാരെക്കൊണ്ട് അതുമിതും പറേപ്പിച്ചേക്കരുതെന്നും അന്നാമ്മ ഓർമ്മിപ്പിച്ചു.

മകനും ഭാര്യയും അന്നാമ്മ പറഞ്ഞതുതന്നെ ആവർത്തിച്ചു. അഞ്ചഞ്ചരമണിക്കൂർ ഒറ്റയിരുപ്പിന് എങ്ങനെ പോകുമെന്ന് ചോദിച്ചപ്പോൾ കുടുംബവീട്ടിൽ ആ പെണ്ണിന്റെ കൂടെ ഇറങ്ങിത്തിരിക്കാൻ നിങ്ങൾക്ക് ഒരു പ്രശ്നവുമില്ലാരുന്നല്ലോ എന്നായി അന്നാമ്മ. മകന്റെ ഭാര്യ, അറിയാതെ വന്ന ചിരി പൊത്തിപ്പിടിച്ചു. മകൻ കുറെക്കൂടി

ശാന്തനായതുപോലെ. പോകണം പോകാതിരുന്നാൽ പരാതി തീരുകയില്ല. മാത്രവുമല്ല നാട്ടിൽ മറ്റാരുമില്ലല്ലോ, ഉള്ള ഒരാൾ എന്തുകാര്യം പറഞ്ഞാണ് മുടക്കം നടത്തുന്നത്? അങ്ങോട്ടു പോയങ്കിലേ ഇങ്ങോട്ടും വരികയുള്ളൂ. നമുക്കും ആവശ്യങ്ങളൊക്കെ വരുമെന്ന് ഓർക്കണം. അതാ, താനും ഉദ്ദേശിച്ചതെന്ന് അന്നാമ്മ പറഞ്ഞപ്പോൾ ജോസഫിന് നിയന്ത്രണം വിട്ടു:

''ഞാൻ ഉടനെയൊന്നും ചാവത്തില്ല, കട്ടിലൊഴിയാൻ കാത്തിട്ട് കാര്യമില്ല.''

''ദുഷ്ടൻ പനപോലെ തഴക്കത്തേയുള്ളൂ.''

അന്നാമ്മ തിരിച്ചടിച്ചു.

ജോസഫിന് മറുപടി പറയാനുണ്ടായിരുന്നു. പക്ഷേ പറയാൻ തോന്നിയില്ല. ചത്തവരെക്കുറിച്ച് അന്യായം പറയുന്നത് നല്ല പ്രവൃത്തിയല്ലല്ലോ.

ജോസഫ് വീൽചെയറിൽ കുനിഞ്ഞിരുന്നു. ജീവിച്ചിരിക്കുന്നവരെയും മരിച്ചവരെയും ജീവിച്ചിരിക്കെതന്നെ മരിച്ചവരെയും ഓർത്തു. തോർത്തെടുത്ത് മുഖവും കണ്ണും തുടച്ചു. ഒരു ദിവസം തന്നെ പത്തുമണിക്കൂർ നീണ്ട യാത്ര തനിക്ക് അസാധ്യമാകുമെന്ന് ജോസഫ് വിചാരിച്ചു. പറഞ്ഞാൽ മറ്റുള്ളവർക്ക് മനസ്സിലാകണമെന്നില്ലല്ലോ. യാത്രയ്ക്കുള്ള ശേഷിയില്ല. കയ്യും കാലും തളർന്നു തുടങ്ങിയിരിക്കുന്നു. എങ്ങോട്ടെങ്കിലും ധൈര്യത്തിൽ യാത്രയ്ക്കിറങ്ങാനുള്ള ആത്മവിശ്വാസം നഷ്ടപ്പെട്ടിരിക്കുന്നു. സ്വയം തോന്നിയാണ് ഇത്തരം കാര്യങ്ങൾക്കു പുറപ്പെടേണ്ടത്. ആഗ്രഹമുണ്ട് പക്ഷേ ശരീരം അനുവദിക്കുന്നില്ല. പറഞ്ഞാൽ വിശ്വസിക്കാത്തവരെ ബോധ്യപ്പെടുത്താൻ ഇനി ഇതിൽ കൂടുതലൊന്നും ചെയ്യേണ്ടെന്നും ജോസഫ് വിചാരിച്ചു.

'അങ്ങേലെ മൂപ്പീന്നു ചത്തോടി
നമ്മളും പോയൊന്നു കാണേണ്ടേ?
നാലുപേർ കൂടുന്ന കാര്യമല്ലേ....'

എസ്തെർ വാതില്ക്കൽ വന്നുനിന്ന് ഇങ്ങനെ പറയുകയാണെന്ന് ജോസഫിനു തോന്നി. അതേ ശബ്ദം മുറിയിലാകെ വ്യാപിച്ചുകൊണ്ടിരിക്കുന്നു. എസ്തെർ കറുത്ത വേഷത്തിലായിരുന്നു. കാതിൽ വെള്ളനിറമുള്ള കമ്മൽ ഇളകിയാടുന്നതായും കണ്ടു; പോകാൻ പറ്റുമെന്നു തോന്നുന്നില്ലെന്നു പറഞ്ഞുകൊണ്ട് ജോസഫ് വീൽചെയർ തിരിച്ചുവച്ചു. ബേക്കറിയിൽ പതിവിൽ കൂടുതൽ ആൾക്കൂട്ടം; എല്ലാം ചെറുപ്പക്കാരാണ്. ഇവരൊന്നും വീട്ടിൽ കേക്ക് കണ്ടിട്ടില്ലേ? പുതിയ തലമുറയിൽ കേക്കിനുവേണ്ടിയുള്ള കൊതി മൂക്കുകയാണോ? പെട്ടെന്നവിടെ

ആരോഗ്യവകുപ്പിലെ രണ്ടുദ്യോഗസ്ഥരും പ്രത്യക്ഷപ്പെട്ടു. സ്നേഹത്തോടെ കൈ ഉയർത്തി. ഒറ്റയ്ക്കേ ഉള്ളോ എന്നൊരു ആംഗ്യവും അന്വേഷണവും. അതേ എന്ന മറുപടിയും ആംഗ്യത്തിലായി. അവർക്കത് മനസ്സിലായിട്ടുണ്ട്. എസ്തെർ പോയത് അറിഞ്ഞിട്ടുണ്ടാവുമോ എന്തോ? അടുത്തുകണ്ടാൽ പറയാമായിരുന്നു. കുറച്ചുനേരംകൂടി അവർ രണ്ടാളും അവിടെയൊക്കെ ചുറ്റിപ്പറ്റി നടക്കുന്നുണ്ടായിരുന്നു. കുറെക്കഴിഞ്ഞപ്പോൾ അവരെ കാണാതായി. ജോസഫ് കുറച്ചുനേരം കൂടി അവിടേക്ക് നോക്കിയിരുന്നു. എല്ലാവരും കഥ പറയുന്നു. ചായയും കേക്കും നുണയുന്നു. ഇതു തന്നെയാണോ സുരക്ഷിതമായ അകലം? കഴിക്കുന്നതിനും കുടിക്കുന്നതിനും അകലം ആവശ്യമില്ലായിരിക്കും.

പെട്ടെന്നാണ് അലക്സ് അളിയനെ ജോസഫ് കണ്ടത്. ബേക്കറിക്കു മുന്നിലെ ആൾക്കൂട്ടത്തിൽനിന്ന് ചൂടുചായ മോന്തി കുടിക്കുന്നു! ഒരു കയ്യിൽ കേക്കുമുണ്ട്, കേക്കിന്റെ വില കൊടുക്കുംമുൻപ് കടക്കാരനുമായി അലക്സ് അളിയൻ ഒന്നു തർക്കിക്കുകയും ചെയ്തു. എവിടെപ്പോയാലും അളിയൻ സ്വഭാവം മാറ്റുകയില്ല. പണത്തിന്റെ കാര്യത്തിൽ പരുന്തും പറക്കില്ല.

''അലക്സ് അളിയാ, ഇത്രേം നല്ല കേക്കും ചായേം ഉപേക്ഷിച്ചിട്ട് എങ്ങനെ യാത്ര പറയാൻ തോന്നി?''

''ഇതിനെക്കാൾ നല്ലത് സ്വർഗ്ഗത്തിലുണ്ട്.''

''അതിന് സ്വർഗ്ഗത്തിൽ ചെല്ലുമോ?''

''അങ്ങനെ കണക്കെടുത്താ ആർക്കേലും സ്വർഗ്ഗത്തിൽ കേറാൻ ഒക്കുമോ? ഓരോരുത്തർക്കും ഓരോ ഇത് കാണത്തില്ലിയോ? ഞാൻ പണം പലിശയ്ക്കു കൊടുക്കുന്നതുദ്ദേശിച്ചായിരിക്കും എനിക്ക് സ്വർഗ്ഗം കിട്ടുമോ എന്നു ചോദിച്ചത്. നൂറ്റുക്ക് പന്ത്രണ്ട് വച്ച് ഞാൻ പലിശയ്ക്ക് കൊടുത്തിട്ടുണ്ട്. കാര്യം ശരിയാ; അതാർക്കാ കൊടുത്തേ; ആവശ്യക്കാർക്കല്ലിയോ?''

''അതിനിഷ്ടംപോലെ സമ്പാദ്യമൊള്ള ആളല്ലാരുന്നോ?''

''അതൊരു തോന്നലാ എന്റെ ഫൈനാൻസ് കമ്പനീൽ എന്റെ പങ്ക് എത്രയോ ചെറുതാരുന്നു. നമ്മുടെ തിരുമേനിമാരടേം അച്ചന്മാരടേം കാശും ഒണ്ടാരുന്നു. അതുപക്ഷേ രഹസ്യമാ; അളിയനാന്നേലും ഞാൻ പറയുകേല. അതുകൊണ്ടെന്തുവാന്നുവച്ചാൽ... എന്റെ കാശ് ഇവിടെ കെടക്കുന്നേന്നും പറഞ്ഞ് കരഞ്ഞോണ്ടല്ലളിയാ ഞാൻ പോകുന്നേ. എന്റെ പിള്ളാരടെ പേരിലോട്ടു മാറ്റിയാരുന്നു; ബാക്കിയൊള്ളത് നമ്മടെ സഭാമുതലാളിമാരുടേതാ. അതിനിപ്പം നമ്മക്കെന്തുവാ? ആർക്കുപോയി?''

''എങ്കി സമാധാനത്തോടെ പൊക്കോ...''

''മരിച്ചു കഴീമ്പം വല്ലത്തൊരു സമാധാനം എത്ര കലഹക്കാരനും തോന്നും. ഭാരമില്ലാത്ത ഒരവസ്ഥ. സ്വപ്നത്തിൽ ഒഴുകിനടക്കും പോലെ; ചെറിയൊരു കാറ്റിലൂടെ വഴുതിപ്പോകുന്നപോലെ. ചാവാൻ തൊടങ്ങിയപ്പം ആകെ ഒരു ഇരുട്ടാരുന്നു. ഞാനങ്ങ് പേടിച്ചു. ശ്വാസം പിടിച്ച് ഞെരിയുകേം പിരിയുകേം ചെയ്തു. പിന്നെ ചത്തുകഴിഞ്ഞപ്പം ഒന്നാന്തരം ഒരു സുഖം തോന്നി; നിർവൃതി. ബോഡീം നമ്മളും തമ്മി ലുള്ള ബന്ധം വേർപെട്ടു കഴീമ്പഴേ ആ സുഖം യഥാർത്ഥത്തി കിട്ട ത്തൊള്ളൂ. അത് അനുഭവിക്കണേൽ അളിയൻ ചാവണം. അതിനിനി അധികകാലമില്ലെന്നു തോന്നുന്നു. അളിയൻ ആദ്യം ചാവുമെന്നാ ഞാൻ വിചാരിച്ചിരുന്നേ. അതനുസരിച്ച് പലിശേം കൂട്ടുപലിശേം കൂട്ടി ക്കൊണ്ടിരിക്കുവാരുന്നു. അപ്പോ അവരു വന്നു നിന്നു. രണ്ടു ദെവസ മായി എന്റെ ബാങ്കിനു മുന്നിൽ കിടന്നു കറങ്ങുന്നതു കണ്ടാരുന്നു. ആദ്യം ഓട്ടോറിക്ഷയിൽ രണ്ടുപേർ വന്നിറങ്ങി. ഒരുത്തൻ വന്ന് എന്നെ ആപാദചൂഡം ഒന്നു വിലയിരുത്തി. പിന്നെ മറ്റവനും വന്നു. ഒരുത്തൻ നീളവും മറ്റവൻ തൂക്കവും നോക്കി മനസ്സിലാക്കുകയായിരുന്നുവെന്ന് പിന്നാ അറിഞ്ഞത്. പിന്നവന്മാര് നടന്നാ വന്നെ. കൂടെ വരാൻ പറഞ്ഞു. കൂടെ പോയി. ഒന്നുംകൂടെ കൊണ്ടുപോകാൻ പറ്റത്തില്ലെന്നറിയാമാ രുന്നതുകൊണ്ട് വെറും കൈവീശി കൂടെയിറങ്ങി. വന്നതിൽ ഒരുത്തൻ ദൈവപ്പറ്റുള്ളവനാരുന്നു. ഏറ്റവും പ്രിയപ്പെട്ടത് എന്തേലും എടുത്തോ ളാൻ പറഞ്ഞു. ഒന്നുമില്ലെന്നായി ഞാൻ. കാശു മുഴുവൻ മോന്റേം മോൾടേം പേരിലാക്കിയാരുന്നല്ലോ. എങ്കിൽ, അവസാനമായി ഒരി ക്കൽക്കൂടി കാണാൻ മോഹമുള്ളത് ഒന്നുംകൂടി നോക്കിയേംവച്ച് വരാൻ പറഞ്ഞു സമയം തന്നു. അതെന്തുവാന്നുവച്ചാൽ എന്റെ ആദ്യ സന്താനം, മൂത്തമോൻ അവനെ ഒന്നുംകൂടൊന്നു കാണാൻ കൊതി. അവരു സമ്മതിച്ചു. അവനെ എത്ര ഉമ്മവച്ചും കൊഞ്ചിച്ചും വളർത്തി യതാ. അതുകൊണ്ടവനെ ഒത്തിരിവട്ടം വിളിച്ചു. എടാ, ചെറുക്കാ അവസാനമായി നിന്റെ മുഖം ഒന്നുംകൂടി, ദേ ഇങ്ങോട്ട്, ഇങ്ങോട്ട് നോക്കിക്കേ എന്നു വിളിച്ചു പറഞ്ഞു. പക്ഷേ അവൻ ശ്രദ്ധിച്ചില്ല. വലിയ ദേഷ്യക്കാരനാ. മുഖംതരാതെ അവൻ മാറിക്കളഞ്ഞു.

കുടുംബസ്വത്ത് വീതമാക്കിയപ്പം വീട് അവനുവേണമെന്നു വാശി. മോൾക്കതു വേണമെന്നു ദുർവാശി. ദുർവാശിക്കാരി ജയിച്ചു. അന്നവൻ എന്നെ തള്ളിപ്പറഞ്ഞു. ഇനി തമ്മിൽ കാണില്ലെന്നും പറഞ്ഞു. ഇത വനത്ര കാര്യമാക്കുമെന്ന് അന്നു ഞാൻ വിചാരിച്ചിരുന്നില്ല; ഇത്ര പെട്ടെന്ന് യാത്ര പറയേണ്ടി വരുമെന്നും. അതുകൊണ്ടവൻ ഒഴിഞ്ഞു മാറിക്കളഞ്ഞു. അതൊരു ചങ്കിൽകുത്തായിപ്പോയളിയാ. എന്നെ കാണാൻ കൂട്ടാക്കാതെ അവൻ കതകടച്ചു കളഞ്ഞു. എന്റെ പൊന്നു

മോനേന്നും പറഞ്ഞ് ഞാൻ വിമ്മി അങ്ങു കരഞ്ഞുപോയി. ദൂരേന്നു വന്ന അവന്മാര് കൂടെയൊണ്ടന്നങ്ങ് മറന്നു. അപ്പോൾ ആ ദൈവപ്പറ്റു ള്ളവൻ എന്നെ താങ്ങി:

വിട്ടുകള, നെനക്കിനി എത്രയോ ആൺമക്കൾ ജനിക്കാനിരിക്കുന്നു എന്നുംപറഞ്ഞ് എന്നെ കയ്യിലെടുത്ത് ഒറ്റപ്പോക്ക്... ആ പോക്കിലാ ബോഡി വേർപിരിഞ്ഞത്. പിന്നെ നല്ല സുഖം, ഒഴുക്ക്... ഇപ്പം എന്റെ പൊന്നുമോന്റെ മുഖം ഓർത്തിട്ടുപോലും തിരികെ കിട്ടുന്നില്ല. അവൻ എന്നെ മറന്നില്ലേ. ഞാൻ അവനെ മറക്കാതെ മറന്നു. പറക്കാതെ പറന്നു. ചത്തുകഴിഞ്ഞാലുള്ള വ്യത്യാസം ഇതാ. ഏറ്റവും കൂടുതൽ സ്നേഹിച്ചിരുന്നവരുടെ മുഖം ഓർത്തെടുക്കാൻ പറ്റാതെ വരും.

ഇത്രയേയുള്ളൂ മക്കൾ, ബന്ധം, ജീവിതം... അതൊക്കെ ഒന്നാന്തരം മായയായിരുന്നുവെന്ന് ഇപ്പോൾ തോന്നുന്നു, ഇവിടെ നല്ല സ്വാത ന്ത്ര്യമാ. എനിക്കു ചായ വേണമെന്നു തോന്നി. പോയി കുടിച്ചുവരാൻ പറഞ്ഞു. ഈ ബേക്കറി കണ്ടു; ഇവിടെ എത്തി. ചായ കൊള്ളാം, കേക്കും കൊള്ളാം. പക്ഷേ കേക്കിൽ എന്തോ മായം കാണും. അതാ ഇതിനിത്ര രുചി; ചെറിയ ലഹരീമൊണ്ട്. പരേതരെ പറ്റിക്കാൻ പറ്റ ത്തില്ലേ. ഇവിടിപ്പം എന്റെ മോൻ ചായ കുടിക്കാൻ വന്നാലും കണ്ടാൽ തിരിച്ചറിയാനാവില്ല. ബോഡി മാറിക്കഴീമ്പം മറവി വരും; വേറെ ഓർമ്മ അവിടം നിറയ്ക്കും. കാറ്റഴിച്ചുവിട്ടിട്ട് പുതിയ കാറ്റടിച്ചു കയറ്റുന്ന പോലെ. ഓർമ്മ മാഞ്ഞ്, പുതിയത് നിറയും. മോനേം, അന്നാമ്മേം ഒക്കെ മറന്നിട്ട് ദാ ഈ കേക്കു തിന്നാൻ നോക്ക്...''

അലക്സ് എന്തോ നീട്ടി; ജോസഫും കൈനീട്ടി. പക്ഷേ തൊടാൻ പറ്റിയില്ല. അതെന്തുകൊണ്ടായിരിക്കും? പിന്നെ അയാളെ കണ്ടുമില്ല. ഇത്രയും പറയുവാൻവേണ്ടി ഇവിടെവരെ വന്നതായിരിക്കുമോ? ജോസഫ് കരഞ്ഞു; വീൽ ചെയറും.

പന്ത്രണ്ട്

കുറെ നേരത്തേക്ക് സ്ഥലകാലം നഷ്ടപ്പെട്ടപോലെ ജോസഫ് വീൽചെയറിൽ ആടിക്കളിച്ചു. പിന്നെ നിലത്തിറങ്ങി; വീൽചെയർ നിലത്തുറച്ചു. അലക്സ് കൺവെട്ടത്തുനിന്നും മായാതെ നിൽക്കുന്ന പോലെ തോന്നി. ഒരിക്കലും അലക്സിനെ സ്വപ്നം കണ്ടിട്ടില്ല. സ്വപ്നത്തിൽ എത്തിച്ചേരാൻ പറ്റിയ ഹൃദയബന്ധമൊന്നും ഉണ്ടായിരുന്നുമില്ല. ഭാര്യയുടെ ആങ്ങള അത്രമാത്രം. ഇപ്പോൾ കണ്ടതും കേട്ടതും മരണാനന്തര ജീവിതത്തെക്കുറിച്ച് തനിക്ക് ആരോ വെളിപ്പെടുത്തി തന്നതായിരിക്കുമെന്നാണ് ജോസഫ് കരുതുന്നത്. ജോസഫ് വിളിച്ചു പറഞ്ഞു.

''അലക്സേ, നാം പരസ്പരം കണ്ട സ്ഥിതിക്ക് ശവസംസ്ക്കാരത്തിന് അങ്ങോട്ടു വരുന്നില്ലേ; നീ ക്ഷമിച്ചേക്ക്.''

തുരുതുരാ ഫോൺകോളുകളാണ് പിന്നീടുണ്ടായത്. അന്നാമ്മ കലിതുള്ളുകയായിരുന്നു. നന്ദി വേണം മനുഷ്യാ. ആവതുണ്ടായിട്ടും മരണപ്പെട്ട അളിയനെ കാണാതെ ഒളിച്ചിരിക്കുന്ന പോഴൻ എന്നുവരെ വിശേഷണമുണ്ടായി.

പിന്നീട് ജോസഫ് മകനോട് കാര്യങ്ങൾ പറഞ്ഞുകേൾപിച്ചു.

''എടാ ഞങ്ങളു തമ്മിൽ വേണ്ടുവോളവും മിണ്ടി; അവൻ യാത്ര പറയുകേം ചെയ്തു. പിന്നെ എന്നാത്തിനാടാ പിന്നാലോ പോവുന്നേ? യാത്ര പറഞ്ഞുപോയവനെ ഉപദ്രവിക്കുന്നത് മര്യാദയാണോ'' എന്നും ജോസഫ് ചോദിച്ചു.

മകനാകെ അമ്പരന്നു.

''പപ്പയ്ക്കിതൊക്കെ വെറുതെ തോന്നുന്നതാ. ഒറ്റയ്ക്കിരിക്കുവല്ലിയോ; അതുകൊണ്ടാ.''

''ഞാനും അങ്ങനാ വിചാരിച്ചേ... പക്ഷേ ദാണ്ട് താഴെ റോഡിൽ നിന്നുംകൊണ്ട് കൃത്യമായി മിണ്ടിയാരുന്നു. അവന്റെ പൊങ്ങച്ചം

പറച്ചിലും ആർത്തീം പൈസേടെ കൃത്യമായ കണക്കു പറച്ചിലും എല്ലാം അതുപോലെ; ഒന്നും മാറീട്ടില്ല.''

''പപ്പാക്ക് ഒറക്കമില്ലേ? എന്നതാ സംഭവിച്ചേ? സത്യം പറ.''

''എടാ ഞാൻ കള്ളം പറേത്തില്ല. നിന്നോട് ഇതേവരെ കള്ളം പറഞ്ഞിട്ടൊണ്ടോ? നിങ്ങളെല്ലാംകൂടെ എന്നെ കബളിപ്പിച്ചിട്ടും ഞാൻ സഹിച്ചില്ലിയോടാ. അലക്സിനെ ഞാൻ നേരെ കണ്ടതാ.''

''അലക്സ് അങ്കിൾ മരിക്കുന്നതിനു മുൻപാണെങ്കിൽ വിശ്വസിക്കാമാരുന്നു; ഇതിപ്പോ...''

മകന് വല്ലാത്ത വെപ്രാളം. ജോസഫ് പരസ്പരബന്ധമില്ലാതെ ഓരോ പറയുകയാണെന്ന് അവൻ കരുതുന്നു. ഇങ്ങനെയൊക്കെ കേൾക്കേണ്ടിവരുന്നതിൽ വിഷമവുമുണ്ട്.

''പപ്പ, പകൽ കണ്ട ഒരു സ്വപ്നമാണെന്നങ്ങ് കരുത്; സംസ്കാര ചടങ്ങിന് എങ്ങനെയെങ്കിലും പോയിട്ടുവാ. കൂട്ടിക്കൊണ്ടു പോകാനൊക്കെ ഞാൻ ആളെ ഏർപ്പാടാക്കീട്ടൊണ്ട്.''

''മോനേ, അലക്സ് പറഞ്ഞത് അവന്റെ കാര്യം മാത്രമായിട്ടാന്നല്ല എനിക്ക് തോന്നിയത്. എന്റേം കൂടെ കാര്യമാ. എന്റെ ഗതീം അവൻ ഓർമ്മിപ്പിച്ചു. എല്ലാം പരമ സത്യമാരുന്നു.''

മകന് സമ്മർദ്ദം കൂടി. ഒറ്റക്ക് താമസിക്കുകയാണ്. ഹോംനഴ്സിനെ ഒഴിവാക്കേണ്ടിയിരുന്നില്ല. പുതിയ ആളിനെ കിട്ടുന്നുമില്ല. ഏകാന്തതയാണ് കാരണം.

''പപ്പയടെ ഏതു കാര്യമാ കേട്ടത്?''

''പൊന്നുമോനേ, നിന്നെ ഒന്നുംകൂടി ഒന്നു കാണട്ടെടാന്ന് അലക്സ് യാചിച്ചപ്പോൾ, സ്വത്ത് തർക്കത്തിന്റെ പേരിൽ അവന്റെ മകൻ കതകടച്ചു കളഞ്ഞു. മുഖം കൊടുത്തില്ല. കണ്ണുനിറയെ കാണാതാ അവൻ പോയേ. മോനേ, എന്റേം ഗതി ഇതു തന്നെ. നിങ്ങക്കുവേണ്ടി എല്ലാം ഒണ്ടാക്കി വച്ചു കാലം പോയി. ഒടുവിൽ ഇഷ്ടമുള്ളിടത്തു കിടന്നു ചാവാൻ പോലും സമ്മതിക്കുന്നില്ലല്ലോടാ. അതുചോദിക്കുമ്പം, അലക്സിന്റെ മോൻ ചെയ്തതുപോലെ, നീ മുഖം തിരിച്ചു കളയുവല്ലിയോടാ.''

മകൻ മിണ്ടാതായി. വീഡിയോ കോളിൽ അവൻ തനിച്ചായിരുന്നു. അന്നാമ്മയും അവന്റെ ഭാര്യയും ഒണ്ടേൽ ഇങ്ങനൊന്നും തുറന്നു പറയുവാൻ പറ്റുകേല. താല്പര്യം തോന്നിയാലും അവന് മിണ്ടാൻ പറ്റാതെ വരുമായിരുന്നു. ഇപ്പോൾ ആരുമില്ല.

മകൻ കുറെ കരഞ്ഞു; ചിലതു പറഞ്ഞു. വീടു വില്ക്കാനിട്ടതും ഫ്ളാറ്റിലേക്കു മാറ്റിയതുമൊക്കെ നിവൃത്തികേടുകൊണ്ടാണെന്നും

പറഞ്ഞു. അമ്മയെ കൊണ്ടുപോകാതെ തരമില്ല. അവിടെ പ്രസവ സമയത്ത് ഒരാൾ കൂടെ വേണം. ഇല്ലെങ്കിൽ ഒറ്റയ്ക്കൊന്നും ചെയ്യാനാവില്ല; സഹായത്തിന് ഒരാൾ കൂടിയേ പറ്റൂ. ഇപ്പോഴത്തെ ചുറ്റുപാടിൽ അമേരിക്കയിൽ ഒരാളെ കണ്ടെത്തുക പ്രായോഗികമല്ല. അത്രമാത്രം ചെലവുണ്ട്. അമ്മ പോയിക്കഴിഞ്ഞാൽ പിന്നെ ഒറ്റക്കാവരുതെന്നു വിചാരിച്ചിട്ടാണ് ഫ്ളാറ്റിലേക്ക് മാറ്റിയതെന്നും മകൻ ആവർത്തിക്കുന്നുണ്ടായിരുന്നു.

‘‘പപ്പയെ ഒറ്റപ്പെടുത്തണമെന്നു വിചാരിച്ചിട്ടില്ല.’’

‘‘ഞാൻ പറേന്നതിന്റെ പൊരുൾ അറിയാൻ നീ എന്റെ പ്രായമെത്തണം മോനേ.’’

ഭാര്യ ഇപ്പോൾ വരുമെന്നും അതിനുമുൻപ് താൻ സംഭാഷണം അവസാനിപ്പിക്കുകയാണെന്നും തന്റെ ശമ്പളത്തെക്കാൾ ഇരട്ടിയിലധികം ഭാര്യയ്ക്കുണ്ടായതുകൊണ്ടാണ് സുഖമായി കഴിയാൻ ഇടയായിട്ടുള്ളതെന്നും മകൻ പറഞ്ഞു. അത്തരം ഒരു ബോധ്യം എല്ലാ ഭാര്യമാർക്കും ഉണ്ടായിരിക്കും. അതുൾക്കൊണ്ടു പോകുകയേ നിവൃത്തിയുള്ളൂ. അതിൽ തെറ്റില്ലെന്ന് ജോസഫ് പറഞ്ഞു. കുടുംബജീവിതത്തിൽ ഇതേവിധത്തിലുള്ള താത്ക്കാലിക പ്രതിസന്ധികൾ അനവധിയുണ്ട്. അതിനെയെല്ലാം പ്രായോഗികമായി കാണണം. പക്ഷേ, വീട് വിൽക്കാനിട്ടത് ശരിയായില്ല...

‘‘നടക്കാൻ പറ്റാതാകുമ്പം മനുഷ്യർക്ക് നടവഴിയേ ഓർമ്മ വരൂ.’’

ജോസഫിന്റെ വാക്കുകൾ വിങ്ങിപ്പൊട്ടി. ചിലത് വരണ്ട നാവിൽ നിന്നും പുറത്തേക്കു വന്നുമില്ല.

‘‘മോനേ, എന്നെപ്പോലൊരാൾ അന്ത്യകാലത്ത് മകനോട് അറിയിച്ചത് ഓർമ്മവരുന്നു; പറയട്ടെ... ഒരിടത്ത് വായിച്ച ഓർമ്മയാ...’’

‘‘പറയൂ പപ്പാ...’’

‘‘മോനേ, നിനക്കും തിരക്കും വിഷമങ്ങളുമുണ്ടാകും. അതുകൊണ്ട് എന്നോടൊപ്പം എപ്പോഴുമുണ്ടാകണം എന്നു പറയുന്നില്ല. എന്റെ യാത്ര വേഗത കുറഞ്ഞ ഒരു വാഹനത്തിലാണ്; നീ വളരെ മുന്നിൽ അതിവേഗത്തിലും. പക്ഷേ, വല്ലപ്പോഴും, കൂറ്റൻ വളവുകൾ കഴിയുമ്പോൾ, കുന്നുകയറി ഇറങ്ങി തീരുമ്പോൾ സൈഡ് മിററിലൂടെ മെല്ലെ ഒന്നു തിരിഞ്ഞു നോക്കിയേക്കണം, ഞാൻ പിന്നാലെ വരുന്നുണ്ടോന്ന്. എന്റെ വണ്ടി വഴിയിൽ നിന്നുപോയോന്ന്; അത്രേ വേണ്ടൂ. മകൻ തിരിഞ്ഞു നോക്കുമെന്ന പ്രതീക്ഷയാണ് വാർദ്ധക്യം.’’

ഭാര്യ കേൾക്കാതിരിക്കാൻ വേണ്ടിയായിരിക്കും മകൻ ഫോൺ കട്ടാക്കി, പറഞ്ഞതുതന്നെ ജോസഫ് ഓർത്തുകൊണ്ടിരുന്നു. അലക്സ് വന്നതുകാരണം മകനോട് ചിലതു പറയാൻ കഴിഞ്ഞു. കൂട്ടിവച്ചിരുന്നതിന്റെ കെട്ടഴിക്കാൻ പറ്റി. വീർപ്പുമുട്ടലായിരുന്നു; തീർന്നു മകന് വിഷമമായിക്കാണും. ഇനി വിളിക്കുമ്പോൾ അവനെ ആശ്വസിപ്പിച്ചേക്കാം.

വാതിലിൽ മുട്ടോടു മുട്ട്. പള്ളിയിൽ നിന്നുള്ള പിരിവുകാരാണെന്നു കരുതി ആദ്യം തുറന്നില്ല. പിന്നെ പരിചയമില്ലാത്ത മുട്ട്. ഓ, ഹെൽത്തിലെ ഉദ്യോഗസ്ഥർ. വന്നപാടെ കണ്ട ഭാവമില്ല; പരിചയം മറച്ചു പിടിച്ചുകൊണ്ട് അകത്തേക്കു കയറി. സംശയത്തോടെ നാലു പാടും നോക്കി; അവർ ചോദിച്ചു.

''അവൾടെ മുറി തുറക്ക്....''

''ഇന്നു വന്നിട്ടില്ല.''

''അതറിയാം.''

കതക് ചാരിയിട്ടിരുന്ന മുറിയിൽ രണ്ടാളും കൂടി കയറി തെരഞ്ഞു. ചോദിച്ചിട്ട് ഒന്നും പറയുന്നുമില്ല. എന്താണു കാര്യമെന്ന ചോദ്യത്തിന് അതുവഴിയേ അറിഞ്ഞോളുമെന്ന മറുപടി കേട്ടപ്പോൾ ജോസഫിന്റെ നിയന്ത്രണം വിട്ടു.

''ഞാനിപ്പം പൊലീസിനെ വിളിക്കും.

''ഞങ്ങൾ പൊലീസാ.''

ജോസഫിനാദ്യം വിശ്വസിക്കാൻ തോന്നിയില്ല. അതുകൊണ്ടവർ ഐഡി കാർഡുയർത്തിക്കാണിച്ചു. വന്നവരിലൊരാൾ കാര്യങ്ങൾ വിശദമാക്കുന്നുണ്ടായിരുന്നു. ഹോംനഴ്സ് പൊലീസ് നിരീക്ഷണത്തിലായിരുന്നു. കീഴടങ്ങി മാപ്പു വാങ്ങിയിട്ട് നല്ല നടപ്പ് ഉറപ്പു നല്കി പുറത്തിറങ്ങിയ ആളായിരുന്നു. പക്ഷേ, ഉറപ്പ് ലംഘിക്കപ്പെട്ടു. പഴയകാല ജീവിതമാതൃകകൾ പിന്തുടരുന്നതായി നിരീക്ഷണത്തിൽ കണ്ടെത്തിയിരുന്നു. പേരും രൂപവും മാറ്റി. പഴയ സംഘങ്ങളുമായി നിരന്തര ബന്ധവും. പൊലീസിന്റെ കണ്ണിൽ പൊടിയിടാൻ നോക്കി.

പരിശോധന തീർന്നു. പ്രത്യേകിച്ചൊന്നും കണ്ടെത്തിയിട്ടില്ല. ഒരു സിഗാർ ലൈറ്ററും ഒരു നീണ്ട കത്രികയും മൂന്നു പുസ്തകങ്ങളും ബാക്കി ഉണ്ടായിരുന്നു. അതെല്ലാം എടുത്ത് പുറത്തുവച്ച് കവറിൽ മുദ്ര ചെയ്ത് ഭദ്രമാക്കി പൊലീസുകാർ. സാക്ഷിയെന്ന നിലയിൽ ജോസഫിന്റെ ഒപ്പുംവാങ്ങി.

''ഇനി വരുമോ?''

വരാനിടയില്ലെന്ന് ജോസഫ് അറിയിച്ചു; ഏറെക്കുറെ യാത്ര പറഞ്ഞാണ് പോയത്.

“എന്താ കാരണം?”

കുടുംബവീട് സന്ദർശിക്കാൻ പോയതും മകന് അക്കാര്യം ഇഷ്ടപ്പെടാതെ വന്നതും ജോസഫ് വിശദീകരിച്ചു.

“പോയത് ആരുടെ കാറിൽ?”

“അതറിയില്ല, ഇന്നോവയായിരുന്നു.”

“നമ്പർ അറിയാമോ?”

“നമ്പർ ശ്രദ്ധിച്ചില്ല.”

“ഡ്രൈവറെ ഓർമ്മയുണ്ടോ? എന്തുപ്രായം കാണും?”

“കറുത്തു നീണ്ട യുവാവ്; മുപ്പത്, മുപ്പത്തിയഞ്ച്...”

“അവരു തമ്മിൽ രഹസ്യം പറയുന്നുണ്ടായിരുന്നോ?”

“സംസാരിച്ചിരിക്കുന്നതു കണ്ടു; രഹസ്യമാണോ എന്നറിയില്ല.”

“ആ ഡ്രൈവർ ഗൗരിയെ തേടി ഇവിടെ വരാറുണ്ടായിരുന്നോ?”

ജോസഫ് അന്തംവിട്ടു.

“ഗൗരിയോ?”

അതാണ് യഥാർത്ഥ പേരെന്ന് പൊലീസ് അറിയിച്ചു.

“ഇവിടെ എസ്തെർ, മറ്റൊരിടത്ത് നളിനി, വേറൊരിടത്ത് ഫാത്തിമ...”

പേരിന് ഒരു പഞ്ഞവുമില്ലെന്ന് അവർ പറഞ്ഞു. എല്ലാ മുറിയും നോക്കണമെന്നായി; ജോസഫ് തുറന്നുകൊടുത്തു.

കേക്കും ചായയും കുടിക്കാൻ ഇനി ഇവർ വരില്ലല്ലോ എന്നോർത്തപ്പോൾ ജോസഫിന് നിരാശ തോന്നി.

ജോസഫിന്റെ മുറിയിലെ പരിശോധന പെട്ടെന്ന് തീർന്നു. പൊലീസുദ്യോഗസ്ഥർ ഒന്നും കണ്ടെത്താതെ തിരിച്ചുവന്നു; എസ്തെറിന്റെ ഫോൺ നമ്പരും തിരക്കി. അറിയില്ലെന്നു പറഞ്ഞപ്പോൾ ആദ്യം വിശ്വാസമായില്ല. കള്ളം പറയാൻ ഹോംനഴ്സ് പഠിപ്പിച്ചുകാണുമെന്ന ആത്മഗതം കേട്ടപ്പോൾ ജോസഫ് സ്വന്തം ഫോൺ നീട്ടി. പൊതുമാപ്പിൽ സർക്കാരിന്റെ വിശ്വാസം നേടിയിട്ട് വീണ്ടും പഴയ മാതൃക പിന്തുടർന്നാൽ എങ്ങനെ വെറുതെ വിടാനാകുമെന്നായി അവർ. ജോസഫിന് അതേപ്പറ്റി ഒന്നും അറിയുമായിരുന്നില്ല. അറിയാത്ത കാര്യത്തെപ്പറ്റി എന്തു പറയാനാണ്? ജോസഫിനെ ബോധ്യപ്പെടുത്താനായി

പൊലീസിന്റെ ശ്രമം; നമ്മൾ കാണുമ്പോലെയല്ല ഇവരൊന്നും. ആയുധം ഒളിപ്പിച്ചു നടക്കുന്നതിലാണ് ഗൗരിയുടെ വൈദഗ്ദ്ധ്യം. അത്തരത്തിലൊരു സൂചനയും എസ്തെറിൽ നിന്നുണ്ടായതായി എത്ര ഓർത്തിട്ടും മനസ്സിൽ കടന്നുവന്നില്ല. മൂർച്ചയുള്ള നാവുള്ളപ്പോൾ ആയുധമെന്തിന്?

''അങ്ങനൊന്നും സംശയിക്കത്തക്കതായി കണ്ടിട്ടില്ല.''

ജോസഫ് പറഞ്ഞു.

''അവര് ട്രെയിനിംഗ് കിട്ടിയവരാ; സംശയിക്കില്ല.''

ജോസഫിന് സംഘർഷം സഹിക്കാനായില്ല. വിശ്വസിക്കാനും വിശ്വസിക്കാതിരിക്കാനും കഴിയുന്നില്ല.

പെട്ടെന്നവർ മറ്റൊന്നാലോചിച്ചു. ഹോംനഴ്സിനെക്കുറിച്ചറിയാവുന്നവ മുഴുവൻ ഓർത്തോർത്തു പറയാൻ ആവശ്യപ്പെട്ടു. മൊബൈലിൽ എല്ലാം റിക്കാർഡ് ചെയ്യാനാണ് തീരുമാനം. ജോസഫ് സമ്മതിച്ചു.

ഒരു പോലീസുദ്യോഗസ്ഥൻ ചോദ്യങ്ങൾക്ക് തുടക്കമിട്ടു. ഓരോന്നിനും കഴിയുന്നത്ര വിശദമായ മറുപടി വേണം. പൊലീസുകാർ ചോദിച്ചു തുടങ്ങി:

''എസ്തെർ എന്നാണു പേരെന്നു വിശ്വസിക്കാൻ കാരണം?''

''അങ്ങനെയാണവർ പറഞ്ഞത്.''

''പരിചയം എത്ര കാലമായി?''

''കഷ്ടിച്ച് നാലുമാസമായി.''

''ഒരു പരിചയവുമില്ലാത്ത ഒരാൾ അവകാശപ്പെടുന്ന ഏതു പേരും വിശ്വസിക്കുമോ?''

''ഹോംനഴ്സിനെ കണ്ടപ്പോൾ വിശ്വാസം തോന്നിയോ?''

തുരുതുരാ ചോദ്യങ്ങൾ വന്നപ്പോൾ ജോസഫ് ഒന്നിളകി. തെറ്റു കൂടാതെ എല്ലാം തുറന്നുപറയാനാകുമോ എന്നായി സംശയം. ശ്രമിച്ചു കൊണ്ടിരുന്നു.

ബേക്കറിയിൽ നിന്നും ചായ കുടിച്ചുകൊണ്ട് നിൽക്കുമ്പോഴുള്ള സ്നേഹവായ്പും പരിചിതഭാവവുമെല്ലാം അവരിൽ നിന്നും മാറിപ്പോയിരിക്കുന്നതായി ജോസഫിനു മനസ്സിലായി. അവർ യാത്ര പറഞ്ഞു.

പൊലീസുകാർ പോയ്ക്കഴിഞ്ഞപ്പോൾ ബേക്കറിയിൽ എന്തോ ഒരു ബഹളം. അവിടെയുമുണ്ടായി പരിശോധന എന്നു തോന്നുന്നു. കേക്കിന്റെ സാമ്പിളുകൾ കൂടുതൽ പരിശോധനയ്ക്കായി കൊണ്ടു

പോകുന്നു. പുതിയ പൊലീസ് സംഘമാണത്. ചായ കുടിച്ചു നിന്ന വർ വേഗം തീർത്ത് സ്ഥലംവിട്ടു. ജോസഫ് വീൽചെയർ തിരിച്ചു. ടെറസിലേക്കുള്ള കർട്ടൻ വലിച്ചിട്ടു. ഒന്നും കാണണ്ട; ആരെയും കേൾക്കണ്ട. വീൽചെയറിൽ നിന്നും ബെഡ്ഡിലേക്ക് കയറിക്കൂടാനുള്ള മൂന്നാം ദൗത്യം പരാജയപ്പെട്ടപ്പോൾ ജോസഫ് തലകുനിച്ചിരുന്നു. എത്രനേരം വേണമെങ്കിലും കാത്തിരിക്കാൻ ജോസഫ് തയ്യാറാണ്.

പതിമ്മൂന്ന്

തീരെ വയ്യാതായെന്ന് ജോസഫിന് തോന്നി. ആരെയും കുറ്റപ്പെടുത്താൻ തോന്നുന്നില്ല. മകൻ പറയാനുള്ളതു പറഞ്ഞു. താൻ കേൾക്കാനുള്ളതു കേട്ടു. എല്ലാവർക്കും ന്യായങ്ങളുണ്ട്. സാഹചര്യമനുസരിച്ച് ന്യായങ്ങൾ മാറിക്കൊണ്ടിരിക്കാം. പക്ഷേ എത്ര ശ്രമിച്ചിട്ടും ബെഡ്ഡിൽ നിന്നും വീൽചെയറിലേക്ക് ഇറങ്ങിക്കയറാൻ കഴിയാതെ പോകുന്നതിൽ ന്യായം എന്തായിരിക്കുമെന്ന് ജോസഫ് ഓർത്തുനോക്കി. വിജയൻ ഭക്ഷണവുമായി വന്ന് വാതിലിൽ മുട്ടിയപ്പോൾ വരുന്നതുവരട്ടെയെന്നു വിചാരിച്ച് ബെഡ്ഡിൽ നിന്നും ഉരുണ്ടു; ഒരു കൈകൊണ്ട് വീൽചെയർ പിടിച്ചടുപ്പിച്ചു; എന്നിട്ട് വിധിക്ക് കീഴടങ്ങുംപോലെ വീൽചെയറിലേക്ക് ശരീരം ചലിപ്പിച്ചു. ഭാഗ്യത്തിന് വീൽചെയറിലെത്തി. അതൽപം മാറിപ്പോയിരുന്നുവെങ്കിൽ നിലത്തു കിടക്കുമായിരുന്നു. കിടന്നാലും ആരും അറിയാൻ പോകുന്നില്ല. തലയടിച്ച് നിശ്ചലമാകും. ഈച്ചയാർക്കുന്ന കാലമാകുമ്പോഴേക്കും മറ്റുള്ളവർ തിരിച്ചറിഞ്ഞ് വാതിൽ ചവുട്ടിപ്പൊളിച്ചേക്കും.

വീൽചെയർ ബ്രേക്കിട്ടു. തുറന്നപ്പോൾ വിജയനല്ല. വൈദികനും കപ്യാരും. പ്രാർത്ഥിക്കാനെത്തിയതാണെന്നും അന്നാമ്മ പ്രത്യേകം പ്രാർത്ഥിക്കാനായി ഏർപ്പാടു ചെയ്തിരിക്കുകയാണെന്നും അവർ അറിയിച്ചു.

ജോസഫ് ഇരുന്നുകൊടുത്തു. പതിറ്റാണ്ടുകളായി കേട്ടുതഴമ്പിച്ചത് കാതിൽകുത്തി ശബ്ദമുണ്ടാക്കി. യേശുവും കുരിശും അത്ഭുതവും കയറിയിറങ്ങി. ഉപമകൾ ഈയ്യാംപാറ്റകളെപ്പോലെ പാറിക്കളിച്ചു; വാക്കുകളുടെ അനർഗ്ഗളപ്രവാഹം. കപ്യാർ തീരുന്ന മുറയ്ക്ക് പറഞ്ഞു; അങ്ങനിങ്ങനൊന്നും വീടുകളിൽ പ്രാർത്ഥനയ്ക്ക് പോകാറില്ല. ഇവിടുത്തെ പ്രത്യേകസാഹചര്യം; ദൈവകൃപ...

''പ്രത്യേകിച്ചും അമേരിക്കേൽ നിന്ന് നിർബന്ധിച്ച സ്ഥിതിക്ക്.''

കാര്യങ്ങളെല്ലാം അവർ ഏർപ്പാടു ചെയ്തിട്ടുള്ളതായാണ് കപ്യാരുടെ വെള്ളിവെളിച്ചത്തിൽ നിന്നും ജോസഫിനു മനസ്സിലായത്; ദൈവത്തിനുള്ളത് ദൈവത്തിനും മനുഷ്യർക്കുള്ളത് അവർക്കും. യാന്ത്രിക സ്തോത്രങ്ങൾ ഇരമ്പിക്കൊണ്ടിരുന്നു.

''ഈ പ്രിയദാസനെ അവിടുത്തെ കരങ്ങളിൽ ഏല്പിക്കുന്നു; സാത്താനെ കടന്നുപോ...''

ശാസന പൂർത്തിയാക്കി വൈദികൻ വന്ന് കയ്യിൽ തൊട്ടു. വെള്ള വേഷത്തിനുപറ്റിയ തൂവെള്ള മാസ്ക് ഊരിവാങ്ങിയത് കപ്യാർ കയ്യിൽ നിധിപോലെ വച്ചിട്ടുണ്ടായിരുന്നു.

''കൊഴപ്പമൊന്നും വരികയില്ല. അടുത്ത ബർത്ത്ഡേ നമ്മൾ ഒരുമിച്ചാഘോഷിക്കും.''

വൈദികൻ മോട്ടിവേഷണൽ സ്പീക്കറായി. പിരിവിന്റെ കാര്യമോർത്ത് വ്യാകുലപ്പെടേണ്ടതില്ലെന്നും അമേരിക്കയിൽ നിന്നും അക്കാര്യം കൈകാര്യം ചെയ്തിട്ടുണ്ടെന്നും കപ്യാർ രഹസ്യം കൈമാറുന്നവിധം ഓർമ്മിപ്പിച്ചു. കാതിലേക്ക് തുപ്പൽ തെറിച്ചപ്പോൾ ജോസഫ് തല വെട്ടിച്ചു.

ഫ്ളാറ്റുവരെ വന്ന് പ്രാർത്ഥിക്കാൻ കാണിച്ച സന്മനസ്സിന് ജോസഫ് പ്രത്യേകം നന്ദി പറയുകയും വീണ്ടും കാണാം എന്ന് പ്രത്യാശ പങ്കുവയ്ക്കുകയും ചെയ്തു. യാത്ര പറയാൻനേരം അവരെക്കുറിച്ച് തന്റെ ഉള്ളിൽ മുൻപുണ്ടായിരുന്ന ധാരണ തിരുത്തപ്പെടുകയാണെന്ന് ജോസഫിനു തോന്നി. അവർ ഇത്ര പെട്ടെന്ന് യാത്രപറയേണ്ടിയിരുന്നില്ല; ഒറ്റയ്ക്കിരിക്കുന്നവന്റെ അടുത്ത് ആരുവന്നാലും അത് ആശ്വാസകരമായിരിക്കുമല്ലോ എന്നും ജോസഫ് വിചാരംകൊണ്ടു. ഒറ്റയ്ക്കായിരിക്കുമ്പോൾ ജോസഫ് എന്താണു ചെയ്യുന്നതെന്നും വൈദികൻ തിരക്കി; പലവിധത്തിലുള്ള ആലോചനകൾ കൊണ്ട് സമ്പുഷ്ടമാണ് ജീവിതം എന്നായിരുന്നു ജോസഫിന്റെ മറുപടി. ഫ്ളാറ്റിൽ ഒറ്റയ്ക്കാകും വരെ പലേവിധമുള്ള ജോലിയിലായിരുന്നു. സത്യസന്ധമായിരുന്ന് ചിന്തിക്കാനൊന്നും സമയം കിട്ടിയിരുന്നില്ല; ഇപ്പോൾ ഇഷ്ടംപോലെ സമയവും സൗകര്യവും.

വാതില്ക്കൽ നിന്നുകൊണ്ടുതന്നെ വൈദികൻ തന്റെ ചില ജീവിത വീക്ഷണങ്ങൾ മുറിയിലേക്ക് തിരികെ അയച്ചു. മഹാവ്യാധിയുടെ കാലം നമ്മളൊക്കെ ജീവിച്ചിരിക്കുന്നുവെന്നതുപോലും അത്ഭുതകരമായിരിക്കുന്നുവെന്നും പ്രതിദിനമരണക്കണക്ക് തന്നെ സ്തബ്ധനാക്കിയിരിക്കുകയാണെന്നും പ്രാർത്ഥനയ്ക്കായി വന്നു എന്നതിനാൽ രോഗം

തനിക്ക് കിട്ടുകയാണെങ്കിൽ പോലും അതൊരു ബുദ്ധിമുട്ടായി കാണു ന്നില്ലെന്നും തന്റെ രക്ഷകനുവേണ്ടി രക്തസാക്ഷിയാകാനാണു നിയോഗമെങ്കിൽ അതിനും തയ്യാറായിരിക്കയാണെന്നും വൈദികൻ പറഞ്ഞു. എങ്കിൽപിന്നെ വളരെ ശ്രദ്ധയോടെ അകലം പാലിക്കുകയും മാസ്ക് അണിയുകയും ചെയ്യുന്നത് എന്തിനുവേണ്ടിയാണെന്ന് ചോദി ക്കാൻ തോന്നിയെങ്കിലും ജോസഫ് അതിനു മുതിർന്നില്ല. പകരം മരിച്ചവർ തങ്ങളുടെ മരിച്ചവരെ കുഴിച്ചിടട്ടെ നീയോ പോയി നിന്റെ വേല ചെയ്യുക എന്ന വാക്യമാണ് നാവിലെത്തിയതെങ്കിലും അതും ജോസഫ് വിഴുങ്ങിക്കളഞ്ഞു. താൻ എത്രമാത്രം വിഴുങ്ങി വിഴുങ്ങി യാണ് ഈ പ്രായംവരെ എത്തിച്ചേർന്നിട്ടുള്ളതെന്ന് ജോസഫ് ഓർത്തു നോക്കി. ഇനിയും അതു തുടരേണ്ടതില്ല. വിഴുങ്ങിയത് പുറത്തേക്കിടാൻ പോകുന്നു. വിഴുങ്ങാൻ ഒരു കാലം, വിഴുങ്ങിയത് പുറത്തേക്കെ റിയാനും വിഴുങ്ങേണ്ടിവരുമ്പോൾ അതിനു പ്രേരിപ്പിക്കുന്നവരെ വിഴുങ്ങിക്കളയാനും മറ്റൊരു കാലമെന്നും ഓർത്തുകൊണ്ട് ജോസഫ് കതകടച്ചു.

വീൽചെയറിൽ നിന്ന് എങ്ങനെ കട്ടിലിലേക്ക് കയറിപ്പറ്റാനാകും എന്ന ചിന്ത ജോസഫിനെ ഉലച്ചു. ഫ്ളാറ്റിലൂടെ നിരവധി പ്രാവശ്യം വീൽചെയർ ലക്ഷ്യമില്ലാതെ, ബ്രേക്കിടാതെ അതിന്റെ ഹ്രസ്വദൂര യാത്രയിൽ ആനന്ദിച്ചുകൊണ്ടിരുന്നു. ഒരുവേള വീൽചെയറിലിരുന്നു തന്നെ ഉറങ്ങിയാലോ എന്നും ചിന്തിച്ചു. യഥാർത്ഥത്തിൽ ചില സമയ ങ്ങളിലെങ്കിലും വീൽചെയർ തനിക്ക് ആവശ്യമില്ലെന്നു ജോസഫിന് തോന്നിയിട്ടുണ്ട്. വാഷ്റൂമിലേക്കു പോകുമ്പോൾ കതകിന്റെ പിടിയിൽ പിടിച്ചുനിന്നുംകൊണ്ട് വീൽചെയറിൽ നിന്നിറങ്ങി മെല്ലെ വീഴാതിരി ക്കാൻ കഴിയുന്നുണ്ട്; വഴുക്കലുണ്ടാകുമോ എന്നു സൂക്ഷിച്ചുകൊണ്ട്. അപ്പോൾ അപകടം മുന്നിലുണ്ടെന്നു കണ്ടാൽ മറികടക്കാനുള്ള ജാഗ്രത കൈമോശം വന്നിട്ടില്ല. ഇത്തരം ബോധ്യമുള്ളയാൾ രോഗിയല്ല, ക്ഷീണി തനല്ല, ദുർബലനുമല്ല. അയാൾക്ക് വീൽചെയർ തന്നെ അത്യാവശ്യ വുമല്ല. പിന്നെ എന്തുകൊണ്ടായിരിക്കും സദാസമയവും ഒരു വീൽചെയർ? അതാണ് മനുഷ്യചരിത്രം. പതിവ് ശീലങ്ങളെ തകർക്കാനുള്ള അധൈര്യം. ഭീരു നിരന്തരം മരിച്ചുകൊണ്ടിരിക്കുന്നവൻ; വീൽചെയർ മാത്രം സ്വന്തം സമ്പാദ്യമായുള്ള ഭീരു.

രാത്രിയായപ്പോൾ വിജയൻ വീണ്ടും ഭക്ഷണവുമായെത്തി. ബേക്ക റിക്കാരനെതിരെ കേസ്സെടുത്ത കാര്യം വിജയൻ വിശദീകരിച്ചു. അവിടെ മയക്കുമരുന്നും ഉണ്ടായിരുന്നുവത്രേ. അതുകൊണ്ടാണ് ചെറുപ്പക്കാർ അവിടെ കൂട്ടംകൂടി നിന്നതെന്നും ഫ്ളാറ്റിൽ റെയ്ഡിനുവന്ന ഉദ്യോ ഗസ്ഥരാണ് അക്കാര്യം കണ്ടെത്തിയതെന്നും വിജയൻ പറഞ്ഞു. ഹോം

നഴ്സിനെ കള്ളക്കേസിൽ കുടുക്കാൻ ശ്രമിക്കുന്നുണ്ടെന്നാണ് വിജയന്റെ കണ്ടെത്തൽ. അവർ കഷ്ടപ്പെട്ടു ജോലി ചെയ്തുപോയ ഒരാളാണ്. അവരെക്കുറിച്ച് നല്ലതേ എല്ലാവർക്കും പറയുവാനുള്ളൂവെന്നും പണ്ടെങ്ങോ നടന്ന ഒരു സംഭവത്തിന്റേപേരിൽ അവരെ തീവ്രവാദബന്ധമുള്ള സംഘടനയുടെ മുന്നണിപ്പോരാളിയാക്കിത്തീർത്തിരിക്കുകയാണെന്നും വിജയൻ കണ്ടെത്തിയിട്ടുണ്ട്. വിജയന്റെ കണ്ടെത്തലിനോട് ജോസഫ് യോജിക്കുകയും ഹോംനഴ്സിന്റെ നിലയോർത്ത് ഉത്കണ്ഠപ്പെടുകയും ചെയ്തു.

''എസ്തെറിനെ അവർ അറസ്റ്റു ചെയ്തു കാണുമോ?''

ജോസഫ് ചോദിച്ചു.

വിജയന് ഒരുപാട് പരിചയക്കാരുണ്ട്. ആരിൽ നിന്നെങ്കിലും വിവരം ശേഖരിക്കാൻ കഴിയും.

''എസ്തെറോ?''

വിജയൻ സംശയിച്ചു നോക്കി.

''സർ അങ്ങനെ ഒരാളില്ല. ഗൗരീന്നാണ് യഥാർത്ഥപേര്.''

ജോസഫിനത് വിശ്വസിക്കാനായില്ല. പൊലീസുകാർ പറയുന്നതാണെന്നും ചില വാർത്തകളിൽ ഇക്കാര്യം കണ്ടിരുന്നുവെന്നും വിജയൻ വിശദീകിച്ചു.

''ചിലപ്പോൾ പൊലീസുകാർ സമ്മാനിക്കുന്ന പേരായിരിക്കും ഗൗരി.''

ഒന്നിനെക്കുറിച്ചും വിജയനും ബോധ്യമില്ല. എല്ലാം പറഞ്ഞു കേൾക്കുന്ന വിവരങ്ങളാണ്. ഒരുപക്ഷേ കുറെക്കൂടി കഴിഞ്ഞ് എസ്തെർ അഞ്ചോ ആറോ പേരെ കൊല്ലപ്പെടുത്തിയ കൊടുംക്രിമിനലായി വാർത്തകളിൽ നിറയാനുമിടയുണ്ട്. അനുജത്തിയോടു മോശമായി പെരുമാറിയവനെ വകവരുത്തിയ ചരിത്രമാണ് എസ്തെറിന് അല്ല ഗൗരിക്കുള്ളതെന്നും അതേ തുടർന്ന് ആ കേസ്സ് നടത്തിപ്പിനായി മുന്നോട്ടുവന്ന സംഘടനയിൽ എസ്തെർ എന്ന ഗൗരി ചേരുകയായിരുന്നുവെന്നും പടിപടിയായി ഉയർന്ന് നിരവധി ആക്ഷനുകളിൽ പങ്കെടുക്കുകയുണ്ടായെന്നും പൊതുമാപ്പു നേടിയപ്പോൾ സമ്മതിച്ച കരാറിൽ നിന്നും ഭിന്നമായി അതേ സംഘടനയ്ക്കുവേണ്ടി രഹസ്യമായി പ്രവർത്തിച്ചു വരികയായിരുന്നുവെന്നും ചില പത്രങ്ങളിൽ താൻ വായിച്ചതായി വിജയൻ അറിയിച്ചു. ജോസഫും പത്രമെടുത്തു നോക്കി. പക്ഷേ അയാൾക്ക് ഒന്നും കണ്ടെത്താനായില്ല.

വീൽചെയറിൽ നിന്നും ബെഡ്ഡിലേക്കു കയറിക്കിടക്കാനുള്ള വഴി ഉണ്ടാക്കിയിട്ട് വിജയൻ പോയി. ജോസഫ് സുഖമായി കിടന്നു. എന്നിട്ടും ഉറക്കം വരുന്നില്ല. തലയിണ മാറ്റിവയ്ക്കാൻ നോക്കിയപ്പോൾ ഒരു കവർ. ഒട്ടിച്ച കവറായിരുന്നില്ല. ജോസഫ് തുറന്നു.

'എന്തിനു മർത്ത്യായുസ്സിൽ സാരമായതു-
ചില മുന്തിയ സന്ദർഭങ്ങൾ,
അല്ല മാത്രകൾ മാത്രം...'

ഇത്രമാത്രം, പേരില്ല, തീയതിയില്ല, മറ്റ് സൂചനകൾ ഒന്നുമില്ല. എങ്കിലും അത് ആരുടേതാണെന്ന് തിരിച്ചറിയാൻ ജോസഫിന് അധികം ചിന്തിക്കേണ്ടിവന്നില്ല. റെയ്ഡ് ചെയ്യാൻ വന്നവർ കാണാതിരുന്നത് ഭാഗ്യം. എസ്തെറിന്റെ ഓർമ്മയ്ക്കായി ഇനി ഉള്ളത് ഈ വരികൾ. കടലാസ്സ് ജോസഫ് ഭദ്രമായി മടക്കിവച്ചു.

കതകിൽ തട്ടുകേട്ട് എങ്ങനെയോ ഉരുണ്ടു പിടഞ്ഞു. രാവിലെയാണെന്നാണ് ജോസഫ് വിചാരിച്ചത്. ലൈറ്റുകൾ കത്തികിടക്കുന്നുണ്ടായിരുന്നു. അണയ്ക്കാൻ മറന്നുപോയിരുന്നത് ഓർമ്മവന്നു. എങ്ങനെ വീൽചെയറിൽ എത്തിയെന്ന് ഓർമ്മയില്ല. കതകു തുറക്കപ്പെട്ടു. വിജയൻ ഒരു കയറുമായി അകത്തേക്കു കയറി. ജോസഫിനെ വീൽചെയറിൽ നിന്നും കട്ടിലിലേക്ക് ക്ലേശിച്ച് പിടിച്ചുകയറ്റി കിടത്തിയ കാര്യം അമേരിക്കയിൽ നിന്നും വിശേഷം തിരക്കാൻ മകൻ വിളിച്ചപ്പോൾ വിജയൻ പറഞ്ഞുവത്രേ. വീൽചെയറും കിടക്കയും തമ്മിലുള്ള അന്തരം കൂടിവരുന്നുവെന്നും അറിയിക്കയുണ്ടായി. ഉടൻ അമേരിക്കയിൽ നിന്നും പരിഹാരം പ്രഖ്യാപിക്കപ്പെട്ടു. നല്ല ബലമുള്ള പ്ലാസ്റ്റിക് കയർ വാങ്ങി ബെഡ്ഡിനുമുകളിൽ, ഫാനിനു സമീപമുള്ള കൊളുത്തിൽ കൊരുത്തിടുക. ബലം നന്നായി പരിശോധിച്ച് ഉറപ്പുവരുത്തുകയും വേണം. പിടിച്ചുകയറാം; ഇറങ്ങുകയും ചെയ്യാം. പരസഹായം വേണ്ട.

വീൽചെയറിൽ നിന്നും ബെഡ്ഡിലേക്കും ബെഡ്ഡിൽ നിന്ന് വീൽചെയറിലേക്കും മാറിക്കേറാൻ ഇതിനെക്കാൾ നല്ലൊരു മാർഗ്ഗമില്ലെന്നു മകൻ പറഞ്ഞുവെന്നും മകന്റെ ഭാര്യയാണ് ഈ ബുദ്ധി ഉപദേശിച്ചുകൊടുത്തതെന്നും അവർ ജോലി ചെയ്യുന്ന ഓൾഡ് ഏജ് ഹോമിൽ ഇതേ മാർഗ്ഗം പല വൃദ്ധർക്കുമുള്ള പ്രതീക്ഷയാണെന്ന് അറിയിച്ചതായും വിജയൻ വിശദമാക്കി; കരുത്താണ് കയർ.

കട്ടിലിൽ കയറിനിന്ന് വിജയൻ കരുത്തുകാട്ടി. കൊളുത്തിലൂടെ മൂന്നു വട്ടം കുരുക്കിട്ട് ഉറപ്പ് പരിശോധിച്ചു. ആന പിടിച്ചാലും ഇളകത്തില്ലെന്ന്

കട്ടായം പറഞ്ഞു. ഒന്നുരണ്ടു തവണ കയർ പിടിച്ച് കയറാനും ഇറങ്ങാനും പരിശീലിപ്പിക്കയും ചെയ്തു. കയറിൽ തൂങ്ങിയുള്ള നിരവധി അഭ്യാസങ്ങൾ പട്ടാളജീവിതത്തിൽ ശീലമായിരുന്നുവെന്ന കാര്യം ഓർത്തെടുത്ത് വിജയൻ അഭിമാനം കൊണ്ടു.

ജോസഫ് കയർ നോക്കി കട്ടിലിൽ കിടന്നു. കിടന്ന കിടപ്പിൽ ഉയരാൻ ഇതിൽപ്പരം മറ്റൊരുപായം കണ്ടെത്താൻ ആർക്കുമാവില്ല; നീലനിറമുള്ള കയർ. മനുഷ്യർക്കിത്രമാത്രം പ്രയോജനകരമാകാൻ കയറിനാകുമെന്ന് ഒരിക്കൽപോലും ജോസഫ് കരുതിയിരുന്നില്ല. ചില വസ്തുക്കൾ പ്രതീക്ഷകൾക്കും അപ്പുറത്താണ്. മനുഷ്യരാശിയുടെ കയറ്റിറക്കങ്ങൾ കയറിൽ തുടങ്ങുന്നു; അവസാനിക്കുന്നു.

പതിന്നാല്

ഓരോ ദിവസവും എസ്തെറിനെക്കുറിച്ചുള്ള കഥകൾകൊണ്ട് സമൃദ്ധമായിരുന്നു. ചിലത് വിജയൻ വന്നു പറയും. മറ്റ് ചിലത് അമേരിക്കയിൽ നിന്നുള്ള ഫോൺ വിളികളിലും കേട്ടു. നാട്ടിൽ പാട്ടാകുംമുൻപ് ഇതെല്ലാം കടൽ കടന്നെത്തുന്നതെങ്ങനെയെന്നോർത്ത് ജോസഫ് അതിശയിച്ചു. എസ്തെർ പോയതിലുള്ള ആഹ്ലാദം അധികവും മകന്റെ ഭാര്യയ്ക്കായിരുന്നു. കൂടുതൽ കാലം നിന്നിരുന്നുവെങ്കിൽ മറ്റുള്ളവരുംകൂടി ജയിലിൽ ആകുമായിരുന്നുവെന്നാണവളുടെ പ്രവചനം. ഓരോ സ്ഥലത്തും അവൾക്ക് ഓരോരോ പേരുകളായിരിക്കുമെന്നും മകന്റെ ഭാര്യ വെളിപ്പെടുത്തുകയുണ്ടായി. ജോസഫ് സമ്മതിക്കാനോ എതിർക്കാനോ ശ്രമിച്ചില്ല. അതിന്റെ ആവശ്യമില്ലെന്നു തോന്നി. എസ്തെർ ഇനി തന്റെ ജീവിതവുമായി ഒരുതരത്തിലും ബന്ധപ്പെടുകയില്ല. താങ്ങായി കയർ ഉള്ള സ്ഥിതിക്ക് മറ്റൊരാൾ ആവശ്യമില്ല.

അതുതന്നെ മകന്റെ ഭാര്യ ആവർത്തിക്കയുണ്ടായി. ജോസഫ് കൂടുതൽ ആഹ്ലാദവാനാണെന്നും പരസഹായം കൂടാതെ എഴുന്നേൽക്കാനും കിടക്കാനും കഴിയുന്നതിനെക്കാൾ വലിയ അഭിമാനം മറ്റെന്താണുള്ളതെന്നും മകന്റെ ഭാര്യ ചോദിച്ചപ്പോൾ അതേ എന്ന് പതിവിലും ശബ്ദമുയർത്തിതന്നെ ജോസഫ് സമ്മതിച്ചു. പഴയ ആരോഗ്യം തിരികെ എത്തിയതായി തോന്നുന്നുവെന്നും മുടി കുറെ പോയിട്ടുണ്ടെങ്കിലും ഉള്ളത് ഭംഗിയിൽ ചീകിവയ്ക്കപ്പെട്ടതായി കാണുന്നുണ്ടെന്നും ഇനി മറ്റൊരു ഹോംനഴ്സിന്റെ ആവശ്യമില്ലെന്നും മകന്റെ ഭാര്യ പറഞ്ഞപ്പോൾ അന്നാമ്മയും അതിനോടു യോജിക്കയാണുണ്ടായത്.

''വഴിയേ പോകുന്നതിനെയൊക്കെ പിടിച്ച് വീട്ടി കേറ്റിയാൽ എന്തും സംഭവിക്കാം.''

''അട്ടേപിടിച്ച് മെത്തെ കെടത്തിയാലുള്ള സ്ഥിതിയാ...''

മകന്റെ ഭാര്യയും അന്നാമ്മയും പരസ്പരം ആശ്ലേഷിക്കുന്നത് വീഡിയോ കോളിൽ ജോസഫ് ശ്രദ്ധിച്ചു; ആഹ്ലാദപ്രകടനത്തിനിടയിൽ

വീടിന്റെയും പറമ്പിന്റെയും വിലയുറപ്പിക്കപ്പെട്ട കാര്യവും ഒരു മാസത്തിനുള്ളിൽ പ്രമാണം ചെയ്യുമെന്നതും അന്നാമ്മ അറിയിച്ചത് സ്വാഭാവികമായാണ്. ഒരു മംഗളകർമ്മം നടക്കാൻ പോകുന്ന മട്ടിലായിരുന്നു അക്കാര്യം പറഞ്ഞത്. മകൻ ബോധപൂർവ്വം മിണ്ടാതിരിക്കുകയാണെന്ന് ജോസഫിനു തോന്നി. ഇപ്പോഴത്തെ കാലത്ത് മണ്ണും കെട്ടിപ്പിടിച്ചിരുന്നാൽ എന്താണു പ്രയോജനമെന്നും കൃഷി ചെയ്യാൻ ആരോഗ്യമുള്ളവർക്കേ ഭൂമികൊണ്ട് പ്രയോജനം കിട്ടുകയുള്ളൂവെന്നും അന്നാമ്മ വിശദീകരിച്ചപ്പോൾ മകന്റെ ഭാര്യ അന്നാമ്മയോട് പരമാവധി ചേർന്നു നിന്നുകൊണ്ട് മുടിയിൽ തലോടുകയുണ്ടായി. പ്രമാണം ചെയ്യുന്നതിനുമുമ്പ് ജോസഫ് ഒപ്പിട്ടുകൊടുക്കണമെന്നും രേഖകളുമായി വക്കീൽ ഫ്ളാറ്റിലെത്തി നടപടികൾ പൂർത്തിയാക്കുന്നതാണെന്നും മകന്റെ ഭാര്യ അറിയിച്ചു. അക്കാര്യമോർത്ത് ജോസഫ് സംഘർഷത്തിൽപ്പെടേണ്ടതില്ലെന്നും പരിചയസമ്പന്നനായ വക്കീൽ തന്റെ കുടുംബത്തിൽപ്പെട്ടയാളായതിനാൽ ബാക്കി കാര്യങ്ങൾ യഥാവിധി നിർവ്വഹിച്ചുകൊള്ളുമെന്നും മകന്റെ ഭാര്യ അറിയിച്ചു.

തനിക്കിതിൽ അത്ര വലിയ പങ്കൊന്നുമില്ലെന്നു ബോധ്യപ്പെടുത്താൻ ശ്രമിക്കുന്ന വിധമായിരുന്നു മകന്റെ പെരുമാറ്റമെന്ന് ജോസഫിന് മനസ്സിലാകുന്നുണ്ടായിരുന്നു. ജോസഫ് ആദ്യം എതിർത്തില്ല. പിന്നെ അനുകൂലിച്ചുമില്ല. എന്നാൽ അടുത്ത ക്ഷണം അവരുടെ തീരുമാനത്തെ പൂർണ്ണമായും പിന്തുണയ്ക്കുന്നതുതന്നെയാണ് പ്രായോഗികം എന്ന തിരിച്ചറിവിൽ വക്കീൽ വരാൻ വൈകേണ്ടതില്ലെന്നും താൻ ഏതു നിമിഷവും സമ്മതപത്രം ഒപ്പിട്ടുനല്കാൻ തയ്യാറാണെന്നും ജോസഫ് അറിയിച്ചു. വില്ക്കാൻ ഭാര്യ തയ്യാറാകുമ്പോൾ ഭർത്താവ് അതിനോട് യോജിക്കുന്നതു തന്നെയാണ് യുക്തിപരമായും ധാർമ്മികമായും നല്ലതെന്നും കുടുംബത്തിന്റെ പുരോഗതിക്കും അതുതന്നെയാണ് മെച്ചമെന്നും ജോസഫ് പ്രതികരിച്ചു. ഇത്ര പെട്ടെന്ന് ജോസഫിന് മനംമാറ്റം ഉണ്ടാകുമെന്ന് അവരാരും കരുതിയിരുന്നില്ല. അക്കാര്യമോർത്ത് മകനും അതിശയിച്ചു. ആ കുടുംബത്തിൽ എന്തെന്നില്ലാത്ത സന്തോഷം അലയടിച്ചു. മകന്റെ ഭാര്യ ആഹ്ലാദത്തിന്റെ ഒരു ഘട്ടത്തിൽ സംഭാഷണമദ്ധ്യേ മൈ സ്വീറ്റ് പപ്പ തലോടൽ വിളി നടത്തുകയും അന്നാമ്മ അതുകേട്ടിട്ട് മുൻകോപക്കാരനാ പക്ഷേ ഉള്ള് ശുദ്ധമാ എന്നുപറഞ്ഞ് ജോസഫിനെ സാങ്കല്പികമായി ആശ്ലേഷിക്കുകയും ചെയ്തു. തലോടലും ആശ്ലേഷവും കട്ടിലിൽ കിടന്നുകൊണ്ടും ഇടയ്ക്കിടെ കയറിൽ പിടിച്ചുകൊണ്ടും ജോസഫ് ഏറ്റുവാങ്ങി.

ആഹ്ലാദം നിറഞ്ഞ മറ്റൊരു സാഹചര്യത്തിൽ ജോസഫ് എല്ലാവിധത്തിലും ഭാഗ്യവാനാണെന്ന് അന്നാമ്മയും മകന്റെ ഭാര്യയും ഒരേ വിധം പറഞ്ഞു. രണ്ടുപേരുടെയും ശബ്ദം ഒരുപോലെയാണെന്ന്

ജോസഫിന് തോന്നുകയും അതേ ശബ്ദത്തിനു മുന്നിൽ താൻ തികച്ചും ഭാഗ്യവാൻ തന്നെ എന്ന് അർത്ഥംവരുന്ന സ്വന്തം ആംഗ്യം സമർപ്പിക്കുകയും ചെയ്തു. അമേരിക്കയിലെ സ്വീകരണമുറിയിൽ അന്നമ്മയും മകന്റെ ഭാര്യയും സോഫയിൽ ഇരിക്കുന്നതായും മകൻ തൊട്ടു പിന്നിൽ നില്ക്കുന്നതായുമായാണ് ദൃശ്യത്തിൽ കാണപ്പെട്ടത്. അന്നമ്മ വീട്ടുവേഷത്തിലും മകനും ഭാര്യയും പുറത്തേക്ക് പോകാനുള്ള വേഷത്തിലുമായിരുന്നു. മകന് അല്പം ധൃതി കൂടുതലുണ്ടെന്ന് ജോസഫിന് തോന്നി. അന്നാമ്മയും മകന്റെ ഭാര്യയും തമ്മിൽ ഇത്രത്തോളം സ്നേഹത്തിൽ കഴിഞ്ഞുകൂടുന്നവരാണെന്ന് ജോസഫിന് മുൻപെങ്ങും തോന്നിയിരുന്നില്ല.

സ്വന്തം നാടിന്റെ മണവും ഗന്ധവുമേറ്റ്, ശബ്ദവും വിശേഷങ്ങളും നേരിട്ടറിഞ്ഞ് ജന്മനാട്ടിൽ കഴിയുവാൻ അവസരം ലഭിക്കുക എന്നാൽ അത് അസുലഭസൗഭാഗ്യമാണെന്നും മറ്റുപലർക്കും ഇത്തരം അനുഗ്രഹങ്ങൾ ലഭിക്കാറില്ലെന്നും അന്നാമ്മയും മകന്റെ ഭാര്യയും പറഞ്ഞത് വീണ്ടും ഒരേ ശബ്ദത്തിലായിരുന്നു. ഭാഗ്യവാൻ ഇടയ്ക്കിടെ പുഞ്ചിരികൊണ്ടും മറ്റു ചിലപ്പോഴൊക്കെ അവരുടെ കണ്ടെത്തലുകളെ അഭിനന്ദിച്ചുകൊണ്ടും നീണ്ടു നിവർന്നു കിടന്നു. ഓരോ ആഹ്ലാദ ചിഹ്നങ്ങൾക്കും ഉറപ്പ് നല്കാൻ വേണ്ടിയെന്നപോലെ ജോസഫ് കയറിൽ മുറുകെ പിടിക്കുകയും അപ്പോഴൊക്കെ നീലക്കയർ ഇളകുകയും ചെയ്തു.

പുറത്തേക്കു പോകാൻ സമയമായെന്ന് വാച്ചിൽ നോക്കിക്കൊണ്ട് മകൻ ഭാര്യയെ ഓർമ്മിപ്പിച്ചു. എന്നാൽ ഫോൺ വയ്ക്കട്ടെ എന്നായി അന്നാമ്മ. ജോസഫ് കൈ വീശി യാത്ര പറയുമ്പോഴേക്കും മകന്റെ ഭാര്യ ഇടപെട്ടു:

“പപ്പ, കയറിൽ പിടിച്ച് ബെഡ്ഡിൽ നിന്നും വീൽചെയറിലേക്ക് ഇറങ്ങുന്നത് ഒന്നു കാണിച്ചേ.”

അന്നാമ്മയ്ക്കും സന്തോഷമായി. കയറുകയും ഇറങ്ങുകയും ചെയ്യുന്നത് വ്യക്തമായി ഇനിയും കണ്ടിട്ടില്ല. മനഃസമാധാനത്തോടെ ഇരിക്കാമല്ലോ എന്ന് ജോസഫിന്റെ ഭാര്യ പറഞ്ഞു. കയറിനും കൊളുത്തിനും ഉറപ്പുണ്ടോ എന്നു ബോധ്യപ്പെടുകയും ചെയ്യും.

രണ്ടുപേരും ആത്മാർത്ഥമായി നിർബന്ധിച്ചപ്പോൾ ജോസഫിന് കേൾക്കാതിരിക്കാൻ കഴിഞ്ഞില്ല. കിടന്ന കിടപ്പിൽ കയറിൽ പിടിച്ചുയർന്ന് ജോസഫ് കട്ടിലിൽ ഇരുന്നു. ഇനി പിടിവിടാതെ തന്നെ വീൽചെയറിലേക്ക് ഇറങ്ങിയിരിക്കണം. അതിനു പറ്റുന്നത്ര നീളമുണ്ട്, കയറിന്. ജോസഫ് കയറിൽ പിടിച്ചുയർന്നിരുന്നപ്പോൾ തന്നെ മകന്റെ ഭാര്യയും അന്നാമ്മയും കൈയ്യടിച്ചു പ്രോത്സാഹിപ്പിച്ചു. പരസഹായമില്ലാതെ തന്നെ എത്ര നിസ്സാരമായി ജോസഫ് ഉയർന്നെഴുന്നേറ്റു

എന്നായി അവർ; ഇനി വീൽചെയറിലേക്ക് ഊർന്നിറങ്ങി ഇരിക്കുമ്പോഴേക്കും കയ്യടി കൂടുതൽ ഉച്ചത്തിലാകുമെന്നും അതിഗംഭീരമായ ഒരു കായിക മത്സരത്തിൽ മാറ്റുരച്ച് താൻ ഒന്നാമതെത്തുന്നു എന്ന മട്ടിലാണ് അവർ കരഘോഷം മുഴക്കാനിടയുള്ളതെന്നും ജോസഫിനു തോന്നി.

ഇനി വീൽചെയറിലേക്ക്...

ആറുകണ്ണുകൾ ആ കാഴ്ചക്കായി ഇമവെട്ടുന്നു. ജോസഫ് തയ്യാറായി. അയാൾ പെട്ടന്നോർത്തു: കയറ്റിറക്കങ്ങൾക്ക് അന്ത്യമില്ല, സ്വയം പ്രഖ്യാപിക്കുന്ന സമയപരിധിവരെ. അയാൾ ബെഡ്ഡിൽ എഴുന്നേറ്റു നിന്നു സ്വസ്ഥനായി. കാൽ ഒരു വശത്തേക്ക് ചെരിയാൻ തുടങ്ങിയപ്പോൾ പണിപ്പെട്ടു നേരെയാക്കി; അതുകണ്ട് അവർ ഒരിക്കൽകൂടി കയ്യടിച്ചു; ജോസഫ് അവരെ നോക്കി പുഞ്ചിരിച്ചു. കാണുന്നുണ്ടോ എന്ന് ജോസഫ് തിരക്കിയപ്പോൾ വ്യക്തമാണെന്നവർ മൂന്നും ഒരേ സ്വരത്തിൽ പറഞ്ഞു. അപ്പോൾ ജോസഫ് നീലക്കയർ രണ്ടായി മടക്കി കഴുത്തിലേക്ക് കരുതലോടെയിട്ട് അതിവേഗം ഒരു കുരുക്കുണ്ടാക്കി. തന്നെനോക്കിയിരിക്കുന്നവർക്ക് ഒരു മന്ദസ്മിതം സമ്മാനിക്കാൻ ജോസഫ് ആ സമയത്തും ആവുംവിധം ശ്രമിക്കുന്നുണ്ടായിരുന്നു.

■